AF741876

# வா.மு.கோமு தேர்ந்தெடுத்த கவிதைகள்

# வா.மு.கோமு தேர்ந்தெடுத்த கவிதைகள்

எழுத்து
பிரசுரம்

Title: Vaa. Mu. Komu Thernthededuththa Kavithaigal
Author's Name: Vaa. Mu. Komu

Published by Ezutthu Prachuram



Ezutthu Prachuram
(An imprint of Zero Degree Publishing)
No. 55(7), R Block, 6th Avenue,
Anna Nagar,
Chennai - 600 040

Website: www.zerodegreepublishing.com
E Mail id: zerodegreepublishing@gmail.com
Phone: 89250 61999

Ezutthu Prachuram First Edition: December 2024

ISBN: 978-93-48439-50-5

TITLE NO EP: 551

Rs. 390/-

Layout: G.Selva kumar
Cover Design: Vijayan, Creative Studio
Printed at Rathna Offset, Chennai, India

## சமர்ப்பணம்

இவள் தான் என்னை
ஈன்றெடுத்தாள் ஒரு அதிகாலையில்..

இவள் தான் எனக்கு
நிலா காட்டி சோறூட்டினாள்..

இவள் தான் எல்லாமும்
இன்னமும் எனக்கு..

இவளின்றி
இவையெல்லாம் எப்படி?

அம்மா
இது உனக்கு!

## அம்மாவின் கவலை

அம்மாவிடம் எல்லோரும் சென்று என்னைப்பற்றி
வத்தி வத்தி வைக்கிறார்கள் நானில்லாத போதுகளில்.
"பையம் போற போக்கு செரியில்ல, பாத்துச் சொல்லி வையி
இல்லீனா ஒன்னு கெடக்க ஒன்னு ஆயிடும்"

அம்மாவுக்குத் தெரியும் ஒன்னு கெடக்க ஒன்னு
எப்போதும் ஆகாதென்று. ஆனாலு இவனுக்கு
ஊருக்குள்ள பொம்பளப்பிள்ளைங்க கூட
என்னாரமு என்னா பேச்சு? மண்ணைத் தின்னாலு
மறப்பா திங்கோணுன்றது தெரியாதா? அந்த
சித்தா டாக்டரு பொண்ணு மஞ்சுளாவோட
இவனை கோர்த்து பேசுறாங்களே!
வெங்காய வெல வேற ஏறி
கொப்பத்துல நிக்குற சமயம் பாத்து ஊடு தேடி
சமாச்சரம் வருதே! அம்மா பேசிற்று.

'யாரோ என்னுமோ சொன்னாங்கோன்னு நீயேம்மா கோச்சுக்கறே?
அந்தப்பிள்ளை என் சுருளு முடிக்கு ஈடாகுமா?
எனக்கு ஆஸ்திரேலியாவுலர்ந்து மஞ்சள்
முடிக்காரிதா சம்சாரமா வருவான்னு அடிச்சு
சொல்லுதாரு நம்ம ஜோசியம் பாக்க குட்டியண்ணன்.
கவலப்படாம போயி தூங்கும்மா!'

# திட்டு

இங்கென்ன மடியில முடிஞ்சா வச்சிருக்கேன்?
காசு வேணும் காசு வேணும்னு
பன்னண்டு மணியானா நின்னுக்குறே?
உன்னை பெத்த கடனுக்கு சோறு
மூனுவேளை வட்டல் நம்ப எடுத்துக்
கொட்டத்தான் உங்காத்தாவுக்கு எழுதி வச்சிருக்கு!

நீ குண்டி வெடிச்சு சாவ நான் காசு அவுக்க இல்லெ!
ஆளப்பாரு! கொன்னு போடுவேன் கொன்னே போடுவேன்னு
நாலு சனம் கேக்க கத்திக்கடா! என்னெக்
கொல்லத்தானே உன்னெப் பெத்தேன்!

சாவுறேன் சாவுறேன்னு எனக்கு பூச்சாண்டி
காட்டுறியா? சாவுடா போயி! ஆனா ஊருக்குள்ள
நல்ல குடிதண்ணி கெணத்துல உழுந்து செத்துடாதே!
போ! போயி காட்டுல எங்காச்சிம் மரத்துல
தூக்குப் போட்டுச் சாவு! இல்ல ரயில் ரோட்டுல
வுழுந்து சாவு! நான் எழவை எடுத்துக்கறேன்!

பொழைக்கிற பையன் பொச்சைப் பார்த்தாவே
தெரியுமாம்! இது வெளங்கவா போகுது?

## அந்தக் குழந்தை அழுதுகொண்டிருந்தது!

தேஞ் சாமீ அழுதுட்டே இருக்கே?
அம்மாவை சோச்சி ஆக்க சித்த உடேன்!
வெங்காயம் தொளிச்சு, கத்திரிக்கா அரிஞ்சி
தக்கோளி வெட்டி, வடச்சட்டிய வெச்சு ...

அந்தக் குழந்தை அழுது கொண்டிருந்தது!

உங்கொப்பன் வந்தா வந்த ஒடனே
சோறு சோறுன்னு பறப்பாரு சாமி!
ஆச்சு ஆச்சு.. மூனாவுது விசிலு வந்த
ஒடனே சோச்சி மொதல்ல ரெடியாயிடும்!

அந்தக் குழந்தை அழுது கொண்டிருந்தது!
உம்பட பாட்டி இருந்தாக் கூட இந்த நேரம்
என்னிய திட்டீட்டாவுது உன்னை தூக்கிட்டு
செல்லமாச்சிம் கொஞ்சும்! அது ஊருக்குள்ள
யாரு ஊட்டுல போயி வம்பளந்துட்டு இருக்கோ?
அழாதடா சாமி! சித்த நேரம் கம்முனிரேன்!

அந்தக் குழந்தை அழுது கொண்டிருந்தது.

ஏய்! உருமாண்டி இப்ப இது வழியா
வரப்போறான் பாத்துக்க.. இந்தப் புள்ள என்னேரமும்
அழுதுட்டே இருக்குது.. தூக்கிட்டு போடான்னு
சொல்லீருவேன் பாத்துக்க! அவன் வர்ற சத்தம்
கேக்குமாட்ட இருக்குதா!

அந்தக் குழந்தை அழுகையை நிறுத்தியிருந்தது!

## நல்லவன்

**உ**னக்கும் ஊராருக்குத் தெரியும்
நான் நல்லபயல் என்று!
எனைக்கண்டதும் தெருத்தெருவாய் பறக்கிறாய்!
உன்னிடமிருப்பது போல என்னிடம் சிறகுகள் கிடையா!
ஏதாவதொரு தெருச்சந்தில் வசமாய் ஒருநாள் மாட்டுவாய்.
அன்று நான் நடத்தும் கச்சேரியில் நீ ஊர் முழுக்க
போய்ச் சொல்வாய்! அந்தப்பயலை நல்லவன்னு நெனச்சிருந்தேன்..
கசக்கீட்டான் என! -இதற்குத்தான்
பெருசுகள் முன்பே சொன்னார்கள்
வேலியில போறதை
சுடிதாருக்குள்ள எடுத்து விட்டுக்க கூடாதுன்னு!

✸✸✸

**எ**ல்லா நாளும் முத்தம் தருவாய் என்றால்
எல்லா நாளும் முச்சந்திக்கி வருகிறேன்!
எல்லா நாளும் மறுப்பாய் என்றால்
எல்லா நாளும் ஏமார்ந்து திரும்ப மாட்டேன்!
எல்லா நாளும் அதே வேலை தானா என்றால்
அந்த வேலைக்காகத்தான் எல்லா நாளும் என்பேன்!

# லீவு லெட்டர்

அன்புள்ள வகுப்பு ஆசிரியை அவர்களுக்கு!

இப்பவும் என் அக்கா
திருநிறைச்செல்வி. என்.கவிதா நேற்றைய இரவில்
உள்ளூர் விசைத்தறி ஓட்டுபவரின் மகன்
திருநிறைச்செல்வன். கே.கணேசன் என்கிற
வாலிபரோடு வாழ்வதற்காக ஓடிபோனதாய்
இங்கு எல்லோரும் கூறுகிறார்கள்!

ஓடுகாலிக் கழுதைகளை இரவோடு இரவாக
கொத்தி இழுத்து வர சென்றவர்கள் பலர்
இன்னமும் ஊர் திரும்பவில்லை!

என்னை ஈன்றெடுத்த தந்தையார்
திரு.நாகராஜ் அவர்கள் இதன் பொருட்டு
அதிகமாய் மதுவைக் குடித்ததால்
குண்டி வெடித்து மருத்துவமனையில்
ஐசியூவில் கிடப்பதால் அவரை
அருகிலிருந்து கவனிக்க எனது தாயார்
திருமதி விசாலாச்சி மருத்துவமனை சென்று விட்டார்!

போக என் கண் தெரியாத பாட்டி
பேழவோ மோளவோ கூப்பிட்டால்
கைப்பிடித்து காட்டுப்பக்கம் கூட்டிப் போக
என்னை நியமித்து விட்டுப் போய் விட்டார்

என் தாயார் விசாலாச்சி! – ஆகவே இன்றும் நாளையும் பள்ளிக்கு வர இயலாத சூழலில் நான் சிக்குண்டு போனேன். இரண்டு தினங்கள் எனக்கு விடுப்பளித்து உதவுமாறு பணிவுடன் கேட்டுக் கொள்கிறேன்!

இப்படிக்கு தங்கள் உண்மையுள்ள
என். பழனிவேல்
ஆறாம் வகுப்பு பி பிரிவு.

## கூடப்படித்தவள்கள்

ஸ்கூலில் எந்தக்குறும்பும் செய்யாமல்
நன்றாகப் படித்த விசாசாலாட்சி
குடிகாரக் கணவன் சுயநினைவின்றி இருக்கையில்
மேலமர்ந்து புணருகிறாள்.

அப்பா அம்மா விளையாட்டு விளையாடிப்
பார்க்காமலேயே புள்ளை
பெற்றாள் காமாட்சி.

ஏழாப்பில் மூனுவாட்டி பெயிலாகி
வீட்டுக்குப் போன சுந்தரி
டவுனில் லாரி மறித்து ராவில்
டிரைவர்களை பணத்துக்காக புணருகிறாள்.

மிலிட்டரிக்காரனைத்தான் கட்டிக்குவேன்
என அடம்பிடித்த அம்சவேணி
வன அதிகாரி கற்பழித்திட்டான் என
பாழுங்கிணற்றில் விழுந்து செத்து
வருஷம் ஐந்தாகிப் போச்சு!

ஜேசுவே ஜேசுவே என எப்பம் பாத்தாலும்
இரண்டு முலைகளையும் தொட்டு வாயில்
விரல் வைத்து முத்தங் கொடுத்துக் கொண்ட பெல்லா
மாதாரியை காதலித்து

கட்டிக் கொண்டு டவுனாஸ்பத்திரியில்
நர்ஸாகிப் போனாள்.

எப்பம் பாத்தாலும் திருடித் தின்று
கொண்டிருந்த லட்சுமி
பொலீசுக்கு மாமூல் கொடுத்து
சாராயம் விற்கிறாள்.

புள்ளை பெற முடியாது மலடாகிப் போன
பத்மாவதி நோயாளிப் புருஷனை வீட்டில்
வைத்துக் கொண்டு டவுனுக்குப் போகிறாள்
கண்ட கண்ட வேலைக்கும்.

எல்லாருமே கண்ணாலங்கட்டிக்கிட்டு
புருஷனை பக் பண்ணிட்டோ
வேறொருத்தன் கூட பக்
பண்ணிட்டோ தான் திரியறாளுக!
எனக்கு மூல நட்சத்திரமாம்..
எவனும் எனக்கொரு தாலி கட்டி
பக் பண்ண வர மாட்டேங்கான்.
வயசா?
அதாகிப் போச்சு மூனு கழுதெ வயசு.

## விபத்து

புயல் வீசிய இரவொன்றில்
அவினாசி என்.ஹச். 47ல்
ஸ்கூட்டர் ஒன்று சாலையில்
படுத்த வாக்கில் உறுமியபடி
ஓட்டுனரைத் தேடுகையில்
இரண்டு அறுந்து போன
ஹவாய் மிதியடிகளையும்
சிவப்பு நிற திரவத்தையும்
மட்டுமே
முகபொளியில் பார்க்கிறது.

## மீதித் துகள்

இறங்கினாரவர் என்றெழுதுதல் கூடாது
எட்டிக்குதித்தாரவர் சிலுவையிலிருந்து
என்றே சொல்லப்படல் வேண்டும்!

சிலுவையை மீண்டும் திரும்பிப்பாராமல்
தாகமாயிருக்க நதிநீர் தேடி கிழக்கு
நோக்கிப்பயணமானவர் கால்களினிடையே
குழிமுயல்கள் கடந்தோடின!

மேய்ப்பனைக்காணாத செம்மறியாடுகள்
மேற்குத்திசையில் சென்ற தகவலை
மேற்கிலிருந்து பறந்துவரும் பறவையொன்று
தான் அவருக்கு தெரிவிக்கவேண்டும்!

மழைக்காலத்தின் ரேகைகளை
உள்ளங்கையில் வைத்திருக்கும்
தாடிக்கார சைமன் தான் கடவுளின்
கைத்தைடியை களவாடிச் சென்றவன்.

மிதியடியில்லாத பாதங்கள் கொண்டு
நடந்துசெல்லும் கடவுளுக்கு நெருஞ்சிமுட்களும்
கூர்கற்களும் ஒருசேர குத்துவதால்
வேதனையில் முகம்சுளித்தார்.

பிரதான சாலையையடைந்த கடவுள்
தன்னை ஒருமுறை
ஆசுவாசப்படுத்திக்கொண்டு
பெருமூச்சுடன் நடக்கத்துவங்க,
எதிர்வரும் பாதசாரிகள் கடவுளை
கடந்து பயணிக்கையில் கையிலிருந்த
அப்பத்தை அவர் பாராவண்ணம்
மறைத்தெடுத்தே சென்றார்கள்!

அழிந்துபோன காலத்தின் மீதித் துகள்களை
தரிசிக்க வேண்டி மன்றாடி நடக்கும் கடவுளை
கண்டும் காணாது கடக்கும்
மனிதர்களிடையே ஒரு
வால் துண்டிக்கப்பட்ட நாய்க்குட்டியும் சென்றது!

## நடப்பு

வீட்டின் முன்பிருந்த சாலைக்கு
ஓடி விட்ட காற்றடைத்த பலூனை
தாவிப்பிடித்துவிட சாலைக்கு வந்த
பாப்பாவை பைக்கில் வந்த வாலிபன்
அலேக்காய்த் தூக்கி வந்து விட்டான்.

அவர்கள் மூவரும் கிளாஸ்களை
முட்ட வைத்து  முட்ட வைத்து
குடித்துக் கொண்டிருக்க
வாயில், கையில், காலில் கட்டப்பட்டு
சற்றுத்தள்ளி படுத்திருந்த பாப்பா
'இந்த அண்ணன்கள் என்ன விளையாட்டு
விளையாட தூக்கி வந்திருக்கிறார்கள்?'
என்று யோசித்துக் கிடந்தது.

## புதுமனை புகுவிழா

புதுமனை புகுவிழா மிகச் சிறப்பாக நடந்தேறியது!
சாப்பாட்டுப் பந்தியில் இன்னமும்
கணிசமாக கூட்டமிருந்தது!
ஊருக்குள் திரிந்த நாய்களெல்லாம்
புது வீட்டுப் பக்கமாகவே திரிந்தன!

வந்திருந்தோரெல்லாம்
'மொய் வாங்கலியா?' என்றே கேட்டு
சென்று கொண்டிருந்தனர்.
'பையன் வேணாம்னு சொல்லிட்டான்!'
பெருசு தனக்கென எந்தக் காரியமும் இல்லாமலிருக்க
தென்னந்தோப்புக்கும் வீட்டு வாயிலுக்கும் நடையாய் நடந்தது.

வந்திருந்த உறவுச்சனத்துக்கு டைல்ஸ் ஒட்டிய
சமையலறையை நீவி நீவிக் காட்டிற்று கிழவி!
இந்தக் கிராமத்துல போயி இப்பிடிச் செலவு பண்டி
இத்தாச்சோடு மாளிகை கட்டியிருக்கானே!
என்று வந்த சனம் தாவாங்கட்டையில்
கைவைத்துப் பேசியபடி போயிற்று!

'அப்புறம் பையன் இனி நம்மூர்லயே
பிஸ்னஸ் பண்ணுறானா?
பேரம் பேத்திகளோட கொண்டாட்டம் தான் இனி!'
பெருசிடம் பழைய நட்புப் பெருசு கேட்டது.

‘இல்லப்பா.. நாளைக்கி பத்து மணிக்கி
கோயமுத்தூர்ல ஏராப்பிளேனாம்! அமெரிக்கா
போனான்னா எப்ப வருவானோ!
அப்புறம் பாரு கெழவியும் நானும் மாளிகையில
குதியாளம் போடவேண்டிது தா!’

## மறந்து போயிடுதுங்க மகராஜ்

என்ன வாழ்க்க போங்க!
என்னாத்தீனு நாஞ் சொல்றது போங்க!
கண்ணுக்கு லட்சணமா கொஞ்ச எடுப்பா
கண்ணுல மாருங்கள பாத்து ரொம்ப நாளாச்சி.
மாருங்கள பாக்காத வாழ்க்க ஒரு வாழ்க்கையா?
கோயச்சேரில இருந்து என்னய
தொறத்தியே உட்டுட்டாங்க மகராஜ்.
அன்னைல இருந்து கண்ணுக்கு சிப்பனாங்குதுக மாருக!
பஸ்டாண்டு பக்கமா போனா மாருங்கள பாக்கலா.
இந்த எழவு ஸ்கீசோரோபிரினியாவோ என்ன இழவோ
வந்தாப்ல இருந்து எது எங்க இருக்குனு
மறந்தே போயிடுதுங்க மகராஜ்.
ஒருநா பாருங்க என் சட்டய கழட்டி மாருக
இருக்கா எனக்குன்னு.. பாத்துனே இருக்கேன்.
போங்கடா போங்கடி உங்க மாருகல்லா!
அவுகளவே பத்திரமா வெச்சுக்க சொல்லிட்டேன்!

# காலைக்காட்சி

'படத்துல வச்சாக் காசு' டப்பாவினுள்
சதுரவடிவக் கட்டைகளை போட்டு உருட்டிக்
கவிழ்த்துக் கொண்டிருந்த வித்தைக்காரனைச் சுற்றிலும்
கணிசமான கூட்டமிருந்தது!

டிக்கெட் கொடுப்பதற்கு பெல் அடிப்பார்களா?
என்றொரு கூட்டம் பெஞ்ச் டிக்கெட் வரிசையில்
நின்றிருந்தது! தியேட்டர் முன்பாக நின்றிருந்த
பெரிய தட்டியில் குனிந்தவாக்கில் தன்
மார்பகங்களை காட்டி நின்றிருந்த குண்டுப்பெண்
ஒருவளை வைத்த கண் எடுக்காமல்
இரு பெரியவர்கள் பார்த்தபடியிருந்தார்கள்!
'தொழில் அல்லங்கேல் ஜெயில்' படத்துல மூனு சீனு!
என்றொருவர் சொல்ல, அப்படியா? என்றாரவர்!

எங்கிருந்தோ வேகமாய் வந்த ஐஸ்வண்டிக்காரனொருவன்
தியேட்டர் முன்பாக சைக்கிளை நிறுத்தி பொவ்வாத் அடித்தான்.
தியேட்டரில் பெல் அடித்ததும் கூட்டம் வரிசைக்கு ஓடியது.
வித்தைக்காரன் சாக்குப்பையில் டப்பாவை திணித்துக் கொண்டு
தூக்கியோடி வந்து வரிசையில் நின்றான்.

பத்து நிமிடத்தில் கூட்டம் தியேட்டரினுள் போய்விட
ஐஸ்வண்டிக்காரன் யாருமில்லை என்றவுடன்
போஸ்டரில் இருந்த பெண்ணின் மார்பகங்களைச் சப்பினான்!

## அவள் நினைவாக

இங்கிருந்து நான் கிளம்புகையில்
கடைசியாய் நான் வேண்டுவது
உன்னிடமிருந்து ஒரு முத்தத்தைத்தான்.

வேண்டுதல்களையெல்லாம் புறங்கையால் ஒதுக்கும்
கடவுளர்கள் வாழும் தேசத்தில்
மீண்டும் மீண்டும் அவதரித்துக் கொண்டிருக்கிறேன்
சிலுவைகளைப் பற்றியான வருத்தங்களின்றி.

ஒரு மிடறு விழுங்கி விட்டு மேசையில்
வைத்த எனது மதுக்குவளையை
குடிமகனொருவன் தட்டிவிட் டுடைத்தான்.
தட்டிக் கேட்கும் ஆர்வமற்று இருள் நகரில்
குனிந்த வாக்கில் நகருகிறேன்.

உயர்ந்து நிற்கும் அலைபேசி கோபுரங்களை
பெருமூச்சோடு அன்னாந்து பார்த்தபடி
அகன்று போகும் என்னை
யாருக்கும் தீங்கிழைக்காத மனிதன் ஒருவன்
அலைபேசி கோபுரங்களை தாண்டிச் செல்கிறானென
நினைத்துப் படுத்திருந்தது தெரு நாய்.

பலூன்காரன் வராத தெருவில் பூட்டப்படப்போகும்
மருந்துக்கடை சென்று ஆணுறைப் பொட்டணம்
பெற்று பத்திரப்படுத்தி படபடப்போடு நகருகிறேன்
ஊதிப் பறக்கவிட்டு விளையாடுவதற்கு.

## தெரியாக்கவிதை

மஞ்சள் மண்டி வைத்துப் பிழைக்கும் ராமசாமிக்கு
சுந்தரராமசாமியை தெரியாது!

பொவ்வாத்தடித்து குச்சி ஐஸை குயந்தைகளுக்கு விற்கும்
சுகுமாரனுக்கு படுதலம் சுகுமாரனைத் தெரியாது!

சந்தெக்கடெ சந்தெக்கடையாய் சமோசா போடும் சாரதிக்கு
இந்திரா பாரத்சாரதியைத் தெரியாது!

காதலுக்காக ஸ்வீட்லின் பின் நாயாய் அலையும் சார்லசுக்கு
தெரியாது சார்லஸ் புக்கோஸ்வ்ஸ்கியை!

பத்தாங்கிளாஸில் பல்டி போட்டதால் பாடையேற யோசிக்கும்
அனுவுக்கு அனுராதா ரமணனைத் தெரியாது!

தூங்கி எழுந்ததும் பல்லு துலக்கணும்னு தெரிஞ்ச மனுசனுக்கு
மனுஷ்யபுத்திரனைத் தெரியாது!

அரெ கட்டிங்கிற்கு பத்து பத்தலைன்னு மகராசாவை எதிர்பார்க்கும்
நாகாவுக்கு தெரியாது ஜி.நாகராஜனை!

பெத்த ஒரு பிள்ளையையும் ரயில் ரோட்டுக்கு சூரை கொடுத்த
சந்திரனுக்கு தெரியாது ரமணிச்சந்திரனை!

பின் வந்தவர்களையெலாம் எனக்குத் தெரியும்
என்றாலும் முன்பகுதியில் வந்தவர்கள் யாரையும்
எனக்குத் தெரியாது!

## காதல் பயிர்

எழுதப்படும் கவிதைகள் அனைத்தும்
காதலைப் பற்றியதாகவே
இருக்க வேணுமென ஆசைப்படுகிறாள்
அம்சவேணி! -அவள் இதயத்தில் சென்ற
மாதம் காதல் பயிரை நட்டுவித்திருந்தான்
வழிப்போக்கன் ஒருவன்.

மரம் நட்டவன் தண்ணி ஊத்துவான் என்கிற
சொலவடைக்கேற்ப தினமும் அவன்
அலைப்பேசி வாயிலாக நீர் வார்க்கிறான்
அந்தப்பயிரு மயிருக்கு!

## 150 ரூவா சரக்கு

இதெல்லா என்ன அக்குருமம்ன்னு கேக்குறேன்?
குடிச்சிட்டா ஒரு மனுசன் இப்பிடியுமா பண்டுவான்?
பக்கத்தூடு வரைக்கிம் டிவீஸ்ல வந்த மனுசனுக்கு
சொந்த ஊடு கூடவா தெரியாமப் போயிடுச்சு?

அவ ஊட்டுல கொண்டி வண்டியெ நிறுத்திட்டு
காலிங்பெல் அடிச்சு உள்ளார போயிட்டாராமே!
அட போனது தாம் போனாரு அவ மூஞ்சியப்
பாத்துட்டு, சாரி மேடம்னு ஒரு வார்த்தை
சொல்லிட்டு நம்மூட்டுக்கு வந்திருக்கப்புடாது?

எழவு வெடிய வரை அங்கியே கெடந்துட்டு
ஆபீஸ் போற நேரத்துல டிப் டாப்பா
பக்கத்தூட்டுக்காரன் பேண்டு சட்டைய
மாட்டீட்டு டீவீஸ்ஸ எடுத்துட்டு வர்றப்ப
வழிமறிச்சு, ஏய்யா! உனக்கு அறிவு இருக்கா?ன்னு
கேட்டதுக்கு, "சாரி மேடம்னு டாக்டரைப் போயிப்
பாருங்கன்னு சொல்லிட்டு போறாரே!"
ஏற்கனவே அவளுக்கும் எனக்கும் தகராறுக
நிறைய இருக்குது! இதுல புதுசா இது வேற!

# நாற்கரச் சாலையை கடக்கும் பாப்பா

அந்தப் பாப்பா தங்கநாற்கரச் சாலையை
தத்தித் தத்திக் கடக்கும் சமயம் ஒரு பட்டாணிக்
கொட்டையைப் பார்த்து அதைக் கையிலெடுத்து
பார்த்து சம்மணமிட்டமர்ந்து சிரித்தது!
அதை பல்லில்லா வாயினுள் தள்ளி குதப்பித் துப்பியது!

கணக்கு வழக்கில்லாத வேகங்களில் வந்த வாகனங்கள்
கிறீச்சீட்டு சாலையில் குறுக்கும் மறுக்குமாய் நின்று
பாப்பாவைப் பார்த்தபடி அமைதி காத்தன!

பின் வரிசையில் நின்ற விலையுயர்ந்த கார்க்காரன்
விசயம் தெரியாமல் 'அங்க என்னதாண்டா நடக்குது மயிரானுகளா?'
என்று கண்ணாடியை இறக்கி விட்டுக் கத்தினான்!
'அங்க உன் அக்காளப் போட்டு குமுறுவானுக போல'
பக்கத்து வாகன ஓட்டி மனதினுள் முனகினான்!

பாப்பாவின் அம்மா என்று அறியப்பட்டவள்
பதட்டத்துடன் ஓடி வந்து பாப்பாவை
அள்ளியெடுத்து 'அடி கூறு கெட்ட குப்பனுக்கு
பொறந்தவளே!' என்று வைதபடி அதன் முதுகில் ஒரு சாத்து
வைக்கவும் பாப்பா வாகனங்களைப் பார்த்து
அழத் துவங்கியது!-
மறுகணம் வாகனங்கள் அனைத்தும்
அழுதபடி அங்கிருந்து கிளம்பிச் செல்லத் துவங்கின!

# சிறுமி சந்தியா

சிறுமி சந்தியா அரைமுடி தேங்காய் தொட்டியை
மழை பெய்த ஈரமண்ணால் நிரப்பி
குப்புறக்கவிழ்த்தி வெங்கக்கல்லால் தட்டி
இட்லிகள் சுட்டுக் கொண்டிருந்தாள்.
இருபது இட்லிகள் தயாரானவுடன்
திருப்தியாய் கண்ணுற்ற சந்தியா
போதுமானவைகள் தான் என்ற முடிவுக்கு வந்தாள்.
விருந்துக்கு நண்பர்களை அழைத்து வர
வீதியில் நுழைந்தாள்.
000

"கொக்கே கொக்கே கொண்டைக்கும்
மண்டைக்கும் பூக் கொண்டு வா!"
குரல் கேட்டு உயரத்தில் பறந்து கொண்டிருந்த
நான் அடையாளம் அறியாமல் குழம்பினேன்.
இருந்தும் அவள் சிறுமி சந்தியாவாகத்தான்
இருக்கவேணும்!
000

சந்தியா கையிலிருந்த குழந்தை பொம்மையை
மிரட்டிக் கொண்டிருந்தாள்!
"ஸ்கூலுக்கு போமாட்டன்னு அடம் பிடிக்கியே
பின்ன எருமெ மாடு மேய்க்கப் போறியா?
படிச்சாத்தானே நாளைக்கி ஒரு நல்ல
வேலையில போயி உக்காரலாம்? நாலு
மாப்பிளைங்க தேடி வருவாங்க! அதேன்
உனக்கு மட்டும் புத்தி எருமெ மேய்க்கவே போவுது?"

# சோகக் கவிதை

வீட்டைக்காலி செய்து வேனில் கிளம்புகையில்
எங்கேயோ சென்றிருக்கும் வளர்ப்புப் பூனை
வந்து பார்த்தால் என்ன நினைக்குமென
சோகக் கவிதை எழுதலாம்.

மூனு தலக்கட்டாக
கூட்டம் நிரம்பியதாகவிருந்த வீடு நேற்றுப் பெய்த
மழையில் சரிந்து கிடப்பதைக் கண்டு
சோகக் கவிதை எழுதலாம்.

காரணமின்றி
கைவிட்டுப் போன காதலி கட்டிய கணவனோடும்
பிள்ளைங்களோடும் காரில் போவதைக் கண்டு
சோகக் கவிதை எழுதலாம்.

நிலாக்காட்டி
சோறூட்டிய அன்னை அல்சரில் அவதிப்பட்டு
மர்மக் காய்ச்சலுக்கு பலியானதைப்பற்றி
சோகக்கவிதை எழுதலாம்.

கவிதைக்குள் சோகம் ஒரு
சுமையாய்க் கிடப்பதை கண்டு
வாசிப்போரும் சோகமாய் வாசிக்கலாம்!
சோகக் கவிதைகள் சோத்துக்காகுமா?
தெரியவில்லை.

# நடுவர்

மட்டைப்பந்தாட்ட மூன்றாவது நடுவர்
நாலுமுறை திருப்பித் திருப்பி
போட்டுப்பார்த்தும் அவரது படுக்கையில்
கால் மேல கால் போட்டு படுத்துக் கொண்டிருப்பது...
அவரது பக்கத்து வீட்டுக்காரன் தானா?
என்பதில் ஏகப்பட்ட சந்தேகம் கிளறவே
நான்காவது நடுவரை நாசூக்காய் அழைத்தார்!

## திருவிழா முடிந்த வீதி

தைப்பூச விழாவுக்காக வீதி சுற்றி
வந்த தேர் அலைக்கழிப்பு முடிந்தானபின்
அமைதியானது தேர்முட்டியில்!

எதை எடுத்தாலும் பத்து ரூபாய் சாமான்காரர்கள்
அவ்வப்போது கடந்து போகும் பயணிகளை
நம் கடைக்குத்தான் வருகின்றனரா?
எனப்பார்த்து ஈ ஓட்டினர்.

சாலையெங்கும் கரும்புத் தோகைகள்
மிட்டாய்க் காகிதங்கள் மீந்திருந்த
மக்காச் சோளங்கள் என இறைந்து கிடந்தன.
தைப்பூச சிறப்புப் பேருந்துகள்
அதனதன் ரூட்டுக்குச் சொன்றுவிட்டன.

முதலியார் வீட்டுப் பேரக்குழந்தை
உடைந்து போன பலூனை
வாயில் சப்பி மென்று கொண்டிருந்தது.
இன்று ஏதாவது தேறுமாவென
மொட்டை முனிசாமி கையில் வதங்கிய
அலுமினியப் போசியோடு சில்லறைக்காய்
வீதிக்குள் கால் வைத்தான்.

பொம்மைக் கடைக்காரனின் பொம்மை அழுதது
விளையாட ஒரு குழந்தை வேண்டுமென!

பஸ் நிறுத்தத்தில் பாலுக்காய் அழும்
குழந்தையை இடுப்பில் வைத்தபடி
வற்றிய முலை பார்த்து
பெருமூச்சு விட்டாள் பிச்சைக்காரி.

ஏதோ ஒரு வீட்டினுள்ளிருந்து
“இன்னிக்கும் இட்லியா?”
என்றொரு குரல் கேட்டது.

தெருவில் நின்றிருந்த கருநாய்
யாராவது மொபெட்டில் போனால்
கடிக்கத் துறத்தலாமென
தருணம் பார்த்து நின்றது!

# முதல் மீன்

இயேசு ஒரு நாள்
மொபெட்டில் போவதை
வன்னாம் பாறைக்குள்
மீன் பிடித்துக் கொண்டிருந்த
நான் கண்ணுற்றேன்.
எனக்கு எந்த சந்தேகமும் இல்லை.
என் கண்கள் பொய் சொல்லாது.

அவர் சென்ற
அரைமணி நேரங் கழித்து
சர்ச் பாதிரியார் மிதி வண்டியில்
வேகமாக வந்தவர்
என்னை விசாரித்தார்.
இது வழியாக தாடி வைத்தவன்
பரட்டைத் தலையோடு
மொபெட்டில் போனானா?
எனது மொபெட்டை தேவாலய வாசலில்
களவாண்டு வந்து விட்டான்.
அதில் எரிபொருள் வேறு
குறைவாக இருந்தது, என்றார்.

ஆமாம், அவர் பெத்லஹேம்
போவதாக எண்ணுகிறேன் என்றேன்.

அப்போது தான்
எனது தூண்டிலில்
முதல் மீன் சிக்கியிருந்தது.

## பேச்சு

ஏலே எடுபட்ட சிறுக்கி!
எம் பிருசன் என்னை மிதிப்பான்!
அப்புவான்! கொமட்டுல குத்துவான்!
முத்தா குடுப்பான்! ஊத்தியுங் குடுப்பான்!
சக்கையா புழிவான்!

எப்பப்பாரு..
எம்பிருசனை ரூட்டுப் போடவே
பாத்துட்டு இருக்கேடி நீ!

இன்னொரு விசுக்கா அவம்முன்னாடி நீ
ஈஈன்னு பல்லைக்காட்டிட்டு ...
கொஞ்சூண்டு தெரியற மாதிரி காட்டீட்டு...
நின்னீன்னு வெய்யி.. வந்து ஒரே மிதி!

பூணு கழண்டு கெடையில உழுந்துருவே பாத்துக்கோ!

ஏண்டி தென்னமரத்துல ஏறுனீன்னு கேட்டா
புல்லு புடுங்கோன்னாளாம்!
தென்ன மரத்துல ஏதுடி புல்லுன்னா
அதான் எறங்குறேன்னாளாம்!

## உலகத்தின் அழகெல்லாம் ஒருங்கே பெற்றவள்

அந்தப் பெண்ணை சாலையில்
நான் பார்த்த போது மனதினுள்
எதுவோ அப்போது பூத்துவிட்டது!
இத்தனைக்கும் அந்தப்பெண்ணை
பின்புறமாகத்தான் நான் பார்த்தேன்.
உலகத்தின் அழகெல்லாம் ஒருசேர
அமையப்பெற்றவளாக இருக்கலாம்!

இருப்பது ஒரு வாழ்க்கை!
அதை இப்போது மகிழ்ச்சிப்படுத்த
அந்தப் பெண்ணைப் பின் தொடர்ந்தேன்.
நீலவர்ண சுடிதார் அவள் உடலுக்கு
ஏற்றதாக அமையப்பெற்றிருந்தது.
மிக உயர்ரக மிதியடி அணிந்திருந்தாள்.
அவளின் நடை ஒரு நாட்டியத்திற்கு
ஒப்பானதாக இருந்தது!
சாலையில் செல்வோர் அவரவர்
பாடுகளோடு சென்றார்கள்!

அவளின் எதிர்க்கே கோமாதா ஒன்று
சாலையில் வந்து கொண்டிருந்தது!
எனக்கோ சாலையில் வரும் அது
உலகத்தின் அழகையெல்லாம் ஒருசேர
பெற்றிருக்கும் அவளை முட்டி விட்டால்?
குடல் சரிந்து சாலை ஏக களேபாரமாகிடும்!
நான் நடையை விரைவு படுத்தினேன்.

நான் நல்ல மாடுபிடிக்காரனுமல்ல தான்.
கோமாதா அசைபோட்டபடி திடீரென நின்று
வாலை உயர்த்தி சிறுநீரை வெளியேற்றிற்று!
உலகத்தின் அழகெல்லாம் ஒருங்கே பெற்றவள்
வேகமாய் மாட்டைக் கடந்து
மாஸ்க்கை இறக்கிவிட்டு தன் உள்ளங் கைகளால்
சிறுநீரைப் பிடித்துக் குடித்தாள்! தலைக்கும் தீர்த்தம்
போல போட்டுக் கொண்டாள்!

பிறகு எனக்கு யாரோ தண்ணீரை முகத்திலடித்து
எழுப்பினார்கள்! யாரெனப் பார்த்தேன்!
உலகத்தின் அழகெல்லாம் ஒருங்கே பெற்றவள்!

## தேனீர் இடைவேளை!

நீங்கள் திரையரங்கில் தேனீர்
இடைவேளயின்போது பார்த்திருக்கலாம்,
முட்டை போண்டாவை அவசரமாய்
விழுங்குபவர்களையும்... அவசரமாய்
பீடி இழுத்துக் கொண்டிருப்பவர்களையும்,
டீ குடித்து முடித்தானபின் காகித டம்ளர்களை
காலில் போட்டு சதக்கென மிதிப்பவர்களையும்,
கோன் ஐஸ் பிடித்துக் கொண்டு அரங்கினுள்
அமர்ந்திருக்கும் கள்ளக் காதலிக்கு
கொண்டு செல்பவர்களையும், சோளப்பொரி
பொட்டணங்களை மடியில் கட்டிக் கொண்டு
திருட்டு முழி உருட்டிப்போகும் பெண்களையும்,
டீ டோக்கனை வைத்துக் கொண்டு
டீ டம்ளருக்காய் மாஸ்டரிடம் நீட்டிக்
கொண்டிருப்பவர்களையும், அடுத்து அரங்கிற்கு
வரப்போகும் படத்தின் ஸ்டில்களை
பார்த்தபடி இருக்கும் சிலரையும், இதற்கெல்லாம்
வழியின்றி உங்களை மாதிரியே திறந்திருக்கும்
திரையரங்க கதவில் சாய்ந்து நின்றவண்ணம்
பார்த்துக் கொண்டிருக்கும் அந்த
சிறுவனையும், சிறுமியையும்.. நீங்கள்
தேனீர் இடைவேளையின் போது
திரையரங்குகளில் பார்த்திருக்கலாம் தான்!

## பேச்சு

எம் பிருஷன் வந்தா தெரியும்
வகுந்து போடுவான் வகுந்து..
வரட்டும் இன்னிக்கி இருக்குது உனக்கு!
ஆம்பள இல்லாத நேரம் பாத்து
அத்தன அக்குருமம் பண்ணப் பாக்கியா?
இர்றா, இன்னிக்கி பட்டாஸ் கெளப்ப
போறாரு அவுரு வந்ததீம்!

தப்பிச்சி
ஓடுறதுன்னா பொட்டியக் கட்டீட்டு
புருசனும் பொண்டாட்டியு ஓடீருங்க
கங்காணாத ஊருக்கு! போன தடத்துல
புல்லு மொளைக்கப்படாது பாத்துக்க!

வந்துட்டீங்களா நீங்கொ! வாங்க!
பக்கத்தூட்டுல சண்டைக்கே நிக்கானுங்க,
அங்ககீது நீங்களு ஏறீட்டு போயிறாதீங்க!
ஒன்னு கெடக்க ஒன்னு ஆயிப்போச்சுன்னா
நானு வெள்ளச்சீல கட்டீட்டு சுத்தணும்!

# ஆல்பம்

எல்லா அம்மாக்களும் திருமண புகைப்படத்தில்
மகிழ்ச்சியாய் கணவனோடு நிற்கிறார்கள்!

எல்லா குழந்தைகளும் அம்மாவின் திருமண
வீடியோவை பார்க்கையில் நான் எங்கேம்மா
போனேன். இதுல நான் வரவேயில்லியே?
என்கிறார்கள் அழுகையோடு!

எல்லா பாட்டிமாரும் தாத்தாமாரும் செத்து
சுடுகாடு போன பின்பும் திருமண வீடியோக்களில்
சிரித்தபடி நடையிட்டுக் கொண்டிருக்கிறார்கள்!
அப்பனைப் பார்த்த அம்மா எப்போதும் போல்
கொஞ்சமாய் கண்ணீரை விடுகிறது!

வரவேற்பில் வைத்திருந்த தட்டிலிருந்து
குட்டக்கால் மாமன் ஆப்பிளைத் தூக்கி
ஓரம்போய் நின்று கடித்து சாப்பிடுவது
இப்போது போலிருக்கிறது!

சாப்பாட்டு பந்தியில் கேமரா சுத்தி
வரும்போது ரசத்துக்கு அணை மாதிரி
கட்டி கேட்டு வாங்கி ஊத்தி சாப்பிட்ட
பொன்ராசுவுமில்ல அப்பிடி அழகா இருக்காப்ல!

ஆல்பங்களும் வீடியோக்களும் நடந்து
முடிந்தனவற்றை நடப்பது போன்றே
பிரமையை கொடுப்பதில் எப்போதும்
வெற்றியே பெறுகிறது!

## புன்னகை

இன்னமும் சரடு
விட்டுக் கொண்டேயிருக்கிறார்கள்.
புள்ளையார் பால்
குடிக்கிறார் என்றும்,
சிலுவையிலிருக்கும் தேவதூதன்
கண்களில் ரத்தம் வடிகிறதென்றும்
கூரைமீது குட்டிச்சாத்தான்
கற்களை வீசுகிறதென்றும்,
பசுமாட்டின் கண்களுக்குள்
எம்.ஜி.ராமச்சந்திரன் தெரிகிறார் என்றும்
அவரின் கல்லறைக்குள்
குதியாளம் நடக்கிறதென்றும்..
சரடுகள் எடுத்து அவர்கள்
என்னிடம் வீசும்போதெல்லாம்
மோனாலிசாவின் புன்னகையை
வீசுகிறேன் அவர்களை நோக்கி.

எந்தக் கிணற்றின் தொலைகல்லிலிருந்தும்
எட்டி உள் நோக்கிப் பார்க்கையில்
குட்டித்தவளை ஒன்றின் பாய்ச்சலையும்,
சிறு அலை ஒன்றில் சுந்தரராமசாமியின்
முகத்தையும் காண்கிறேன் என்று நான்
கூறுகையில் மட்டும் என்னை
மேலிருந்து கீழாகப் பார்க்கிறீர்கள்?
நீங்களும் ஒரு புன்னகையை
என்மீது வீசிவிட்டுப் போங்களேன்!

## சுத்தம் வேண்டி....

பயன்படுத்துவாளா இல்லையா
என்பது தெரியாது. இருந்தும்
பாலிதீன் பைகளை ஒரு மொடா முழுக்க
எங்கு கண்டாலும் எடுத்துப் போய்
சேகரிக்கும் பழக்கம் குப்பாயிக் கிழவிக்கு!

ஒச்சாயி கிழவியும் இப்படித்தான்
ஊர் வீதிகளில் எங்குமே
பீடித்துண்டுகள் கிடக்க விடமாட்டாள்.

பூவாயாவுக்கு கோவில்ப்புறம் எப்போதுமே
சுத்தமாக இருக்கோணும்.
ஒரு புல் பூண்டு உடமாட்டாள்.
ஆயாவுக்கு இங்கன்னு இல்லியாம்
பக்கத்து ஊரு காடுன்னு எங்க கோயில்
கண்டாலும் புல்லு புடுங்க ஆரம்பிச்சுடுவாளாம்.

சிகரெட் அட்டை தீப்பெட்டி ஊருக்குள்ள
ஒன்னையுங் காணமுடியாது - பொடியானுக
வெளையாடறதுக்கு தூக்கிட்டு போயிடுவானுக!
அதெல்லாம் அந்தக் காலங்கறாரு
ஆரப்ப அப்பாரு.

அல்லாக் கெழவிகளும் செத்துப்போச்சுதுக.
ஊர்ல ஒரு பய

தீப்பெட்டி ஆட்டம் ஆடறதில்லெ.
ஊருக்குள்ள எங்க பாத்தாலும்
பான்பராக், ஹான்ஸ், சிகரெட் காகிதம்
பிளாஸ்டிக் டப்பான்னு குமிஞ்சு கெடக்குது.

போயிப் பொறுக்குனா
அதையேம் பொறுக்குறே
உனக்கென்ன பைத்தியமா புடிச்சிருக்கு
கெடந்தா கெடந்து சாட்டாவுதுன்றானுக!
ஆரப்ப அப்பாரு பேசிட்டு இருந்துது
அது சோட்டுக் கெழவி கிட்ட!

## உங்களுக்குத் தெரியப்படுத்த...

மகாத்மாவை தெரிய வருகிறது
உங்களுக்கெல்லாம்
ஆனால் பாருங்கள் பகத்சிங்கை
யாரெனக் கேட்கிறீர்கள்.
அப்படியாயின் கிடக்கட்டும் விடுங்கள்.

-தகவல் ஒன்று.
சாலப்பாளையம் ராமசாமி தி.மு.க. காரன்
பாவம் கிட்னி சட்னியாயி செத்துப் போயிட்டான்.

-தகவல் இரண்டு.
அத்திக்காடு சின்னச்சாமி ம.தி.மு.க காரன்
பாவம் எலுச்சி பேரணிக்கு
மெட்ராசு போவுறப்ப லாரி மோதி
வைகுந்தம் போயிட்டான்

தகவல் மூன்று.
பெரியபுளியம்பாளையம் ராசு
இந்தா இருக்கே புளியாமரத்துல
தூக்கு மாட்டி செத்துட்டான்.
அவன் நெஞ்சுல ரெட்டையிலை
பச்சை வேற குத்தியிருந்திச்சி.

மகாத்மா, பகத்சிங், ராமசாமி, ராசு
எல்லாருமே செத்துப் போயிட்டாங்க.
நீங்கெல்லாம் மூச்சு வாங்குற காத்துல
கார்பன்டை ஆக்ஸைடு
இருக்காமா கவலைப்படாதீங்க!

# பண்டிகை

மாகாளியம்மன், மாரியம்மன்
கோயச் சாட்டியாச்சு!
சந்தையிலே நல்ல கெராக்கி
செம்பிளி ஆட்டுக்கு!
பூசை மணி அடிக்குது
தின்னூறு இட்டுக்கோ!
மூனானடித்தாளம் ஆட்டத்துக்கு சுலுவு!
பொங்கலும் பொங்கியாச்சு
கெடா துளுக்குச்சா பாரு!
சாமி மலையேறணும்
வெறசா அடிடா மத்தாளத்தெ!
பாட்டை ஏன் நிறுத்துன மணி?
போடு ராக்கம்மா கையத்தட்டு!

# அப்பம்

குடிவிரும்பியொருவர் சாலையில்
தலைகீழாக கைகளால் எட்டு வைத்து
நடந்து வந்துகொண்டிருந்தார்.
உற்றுக்கவனித்தபோது தான் தெரிந்தது
தனது மிதியடிகளை கைக்கு மாற்றியிருந்தார்.
'எப்போதுமே போதையானது
தலைக்கு ஏறவேண்டும் தம்பி'என்றவர்
கால்களால் எனை ஆசீர்வதித்தார்.

சற்றுமுன் இயேசுநாதரை ஆசீர்வதித்துவிட்டு
வந்தவர் இவராகத்தானிருக்கவேண்டும்!
போக இன்றிரவு ஒருமணிக்கு சரியாக
சூரியன் உதிக்குமென்றார்!

அக்னி வெய்யிலில் தன் விரைகளுக்கு
பாதுகாப்பு கவசமிடாமல் செல்லுமவர்
நிச்சயமாக மீதமிருக்கும் சரக்கிற்கு
கடித்துக் கொள்ள அப்பம் ஒன்றை வைத்திருக்கணும்!

# நம்பிக்கை

மதிப்பு மிக்க மனிதர் ஒன் செகண்டு
பேலன்ஸ் தவறியதால் குறுநகர் சாலையில்
ஆட்டோக்காரனுடன் மோதி
மல்லாக்க வுழுந்திட்டார்!
கூட்டம் சடுதிக்கி கூடிவிட்டது!
இது இயல்புதான்.

தன் வெள்ளை வேட்டியிலும் சட்டையிலும்
ஆங்காங்கே சிவப்பு நிற திரவம்
படிவதையும் கண்டுணர்ந்து அவர்
இந்த சமயத்தில் மயக்கமாகவேனும் என நம்பினார்!

ஓடி வந்த யாரோ
நூத்தியெட்டுக்கு அவசரமாயும் பதைப்புடனும்
அழைத்து 'மதிப்பு மிக்க மனிதரொருவர்
மல்லாக்க படுத்திட்டார்..! மறு நிமிசமே
வந்து சேரணும்' என உத்தரவிட்டார்!

அதைக்கேட்ட மதிப்பு மிக்க மனிதர்
இனி கால் கை போயிருந்தாலும்
மதிப்பு மிக்க தன் காலங்கள் போன்றே
மீண்டும் புதுமையாய் வாழலாமென
நினைத்து சொக்கினார்!

மதிப்பு மிக்க மனிதர் நினைத்ததை
சில நொடிகள் மட்டுமே நம்பி
மல்லாக்க கிடந்தார்!
அடுத்த குரலையும் அவர் கேட்கத்துவங்கினார்.

அவரு காதுல ரத்தம் வருது!
ஆம்புலென்ஸ் வர்ற வரைக்கிம் தாங்காது!

அவர் அதையும் நம்பினார்!

## சப்ஸ்கிரைப்

**ச**ப்ஸ்கிரைப் பண்டுங்க எஜமான்
நானு போடுற போடெல்லாம் உடனே
உங்க மொபைலுக்கு ப்ளாங்! என்ற
ஒலியுடன் வந்துவிடும் எஜமான்!
ஆமாம்!

கத்திரிக்கா செடியை எப்டி ஊட்டு மாடில
வளர்த்தணும்னு உனக்கு ஒன்னுந்தெரியாது
எஜமான்! சப்ஸ்கிரைப பண்டுங்க!
நாம் போடுற
போடெல்லாம் உடனுக்குடன் உங்க போனுக்கு
மளார்னு வந்து சேர்ந்துடும்!

இடுப்பு வலியா" சளி தொந்தரவா?
இங்க வாங்க எஜமான்!
நாஞ்சொல்றதை கேட்டீங்கன்னா உசுரு பொழச்சு
வாழலாம்! இல்லன்னா சுடுகாடு போகலாம்!

உங்களுக்கு தக்கோளிச்செடியை எப்படி
தடவிக்குடுத்து மகரந்தச்சேர்க்கை செய்து வளர்த்தணும்னு
ஒரு எழவாவது தெரியுமா?
போக ஒரே நாளில் உங்கள் நரைமுடி
சிவப்புக்கலரில் மின்னனுமா?
கீழ்முடிகள் தங்கக்கலரில் ஜொலிக்கணுமா?

பூனை விட்டையை சூடாக அப்போதே எடுத்து
தலையிலும் அதிலும் தடவி ஒருமணிநேரம்
காயவிட்டு கழுவவும்!

## பூச்சாண்டிகளுக்கான பகுதி

இவனுக்காகவே
காத்திருந்த பூச்சாண்டி ஒன்று
எல்லமேட்டு புளியமரத்தடியில்
இருப்பது தெரியாமல்
திருட்டுப்புளி அடிக்கச் சென்ற
இவன் அகப்பட்டுக் கொண்டான்.
பூச்சாண்டி இவன் மீது
குதித்து அமுக்கிக் கொண்டது.
அன்றிலிருந்து தான் இவன்
போக்கு சரியில்லை
என்கிறார்கள் வீட்டினுள்!

ஒவ்வொரு வீட்டினுள்ளும்
ஒவ்வொரு பூச்சாண்டி
உட்கார்ந்திருக்கிறது
இரண்டு முலைகளோடும்
ஒரு யோனியோடும்!

இவன் வீட்டிலிருந்து வெளியே
கிளம்புகையில் சகுனம் சரிவருவதில்லை.
செம்பூத்து கடக்கிறது
விறகுக் கட்டை போகிறது
பூனை கடக்கிறது
பூச்சாண்டியும் வருகிறது.

இவனது எல்லா
தோல்விகளுக்குப் பின்னாலும்
ஒரு பூர்ராண்டி இருக்கிறது

எழுதி முடிக்கப்படாத இந்தக் கவிதை பற்றி
இப்போது சொல்வதற்கு ஒன்றுமில்லை
கட்டுக்கடங்காமல் நீண்டு
போய்க்கொண்டிருக்கும் இந்த வாலின் நுனி
யாருமே வாசித்திராத
புத்தகத்தின் பக்கங்களில்
பூச்சாண்டியிடம் சுருண்டு கிடக்கிறது.

# விருந்து

அன்று காலையில் தான்
அது நடந்திருந்தது.
குமரமலை கிலுவை மரங்களுக்குள்ளும்
திருகு கள்ளிக்குள்ளும்
நாயுருவி, கருவேல மரங்களுக்குள்ளுமாக
வேட்டையாடி வயிற்றுப்பாட்டை
பார்த்து வந்த காட்டுப்பூனை ஒன்று
கிராமத்தினுள் நுழைந்து
அப்புக்குட்டி நாவிதனின்
கடையிலிருந்த நாற்காலியில் அமர்ந்து
எதிரே தெரியும் கண்ணாடியில்
தன் கரடு முரடான முகம் கண்டு
பதை பதைத்து அப்புக்குட்டியிடம்
நைச்சியமாய்ப் பேசி கட்டிங், சேவிங்
செய்து மீசையை அழகாக நறுக்கி
கிளம்பிச் சென்றதை
ஊர் பார்த்தது.

அன்றிரவு அப்புக்குட்டி விட்டில்
கோழிக்கறி வாசம் அடித்தது.
விருந்திற்கு
காட்டுப்பூனையும் வந்து போனது.

## அவனும் கடவுளும்

கடவுளைக் கொல்வதற்கான
விஷ மருந்தொன்றை
பூச்சி மருந்துக் கடையில்
பொட்டணமாகக் கட்டிக் கொண்டான்.

சாப்பாட்டிலோ ஏனைய பதார்த்தத்திலோ
மருந்தை சரிவிகிதமாய்க் கலந்து
கடவுள் நடமாடும் இடங்களில்
வைத்து விட வேண்டும் என்றும்
கடைக்காரரால் அறிவுறுத்தப்பட்டிருந்தான்.

அவ்விதமே அவன் செய்தும்
கடவுளானவர் விஷங்கலந்த உணவை
நுகர்ந்து பார்க்கக் கூட மறுத்து
வீட்டின் தாவாரத்தில் ஓடிக்கொண்டிருந்தார்.
கடவுளானவர் தக்காளிப் பழங்களையும்
கேரட்டுகளையுமே விரும்பி உண்ணுகிறார்.

கடவுளை வேறு வழியொன்றில்
கொன்று விட எண்ணி
கடவுளை அடைக்கும் பெட்டி ஒன்றை
வாங்கி வந்தான். - இடுக்கியில்
தேங்காயைக் குத்தி
பெட்டியின் வாயில் உயர்த்தி
பாதுகாப்பாய் பரண்மீது வைத்து விட்டான்.

மறுநாள் காலையில் கடவுளானவர்
அதனுள் கத்தியபடி அடைபட்டுக் கிடந்தார்.
இப்படித்தான் முதல் கடவுள்
அவனிடம் சிக்கி சீரழிந்தார்.

# எருமைக்காதலன்

ஒரு எருமையைக் காதலிப்பதற்காக அல்லது காதலில்
விழச்செய்வதற்காக அவன் ஒரு மாத காலமாக
தன்னை வருத்திக் கொண்டிருந்தான்! ஒவ்வொரு நாளிலும்
அவன் எருமையின் கடைகண்பார்வை தன் மீது விழாதா?
என்று அதன் பின்னே சுற்றிக் கொண்டிருந்தான்.
தனக்காக ஒரு புனைப்பெயரை முகநூலில் வைத்துக்கொண்டு
கவிதைகள் என்று வாந்தி எடுத்துக் கொண்டிருந்தான்.
நீங்கள் பார்த்திருக்கலாம் அவனது புனைப்பெயரை!
எருமைக்காதலன்!

எருமை தன்னை சட்டையே செய்யாததை,
ஒரு பொருட்டாக மதிக்காததை எண்ணி அவன் துக்கமும்,
வேதனையும் பட்டு தூங்கா மனிதனாக  தாடி சிரைக்காமல் சுற்றினான்!

தன் விருப்பத்தை அவன் கடிதம் வாயிலாக எருமைக்கு
தெரியப்படுத்த ஒரு நாள் எருமையின் முன் கடிதத்தோடு நின்றான்.
வாலைச் சுழற்றி முதுகிலிருந்த ஈயை விரட்டிய
எருமை 'வழிவிடு'' என்றது இவனிடம்!
இவன் எருமையைப் போல சாலை நடுவே நின்றான்!
பின்னர் அவன் முகநூலில் தட்டுப்படவேயில்லை!

# பச்சையம்

பின்பாக நான் கடலில் ஒரு சொட்டு பச்சைநிறத்தைக் கலந்தேன்.
மறுநாள் கடல் நீர் தன் வர்ணத்தை இழந்து பச்சை வர்ணமாகிவிட்டது.
நீர்த்தேக்கங்களீல் தேடிப்போய் ஒவ்வொரு
சொட்டுத்தான் பச்சை திரவத்தை கலக்கிறேன்.
பின்பாக எங்கும் பச்சை எதிலும் பச்சையென உலகம் மாறிப் போனது.

மனிதர்களின் குடிநீர் பச்சை நிறமானது.
கண்ணாடித் தொட்டி மீன்களுக்கு பார்வைக் குறை ஏற்பட்டு
மோதிக் கொள்வதைக் கண்ட மேன்மக்கள்
அதை சுட்டு சாப்பிட்டு விட்டு
தவளை வளர்த்தார்கள் கண்ணாடித் தொட்டிக்குள்.

போகப் போக மருத்துவமனைகளில் கூட்டம் குறைந்தது.
மருந்துக் கம்பெனிகள் நட்டத்தால் கதவடைத்தன.
இப்படியானதற்கு காரணமென்னவென ஆராய்ச்சியாளர்கள்
குழம்பினார்கள். ~எர்வாமெட்டின் இல்லாமலே
சொட்டைத்தலையில் முடி வளர்ந்தது. மின்சார பெல்ட்
போடாமலே தொப்பை குறைந்தது. ~முதுகு வலியில்
தவித்தவர்கள் நேர் நடையிட்டார்கள்.
சானடோரியங்கள் சாத்தப்பட்டன.

~எல்லாமுக்கும்
காரணம் பச்சை நீர் தான் என்றும் அதில் எல்லாவித
குளோரைடுகளும் உள்ளனவென்றும் ஆராய்ச்சியாளர்கள்

கண்டறிந்து நிறுவினார்கள்! ஏதோவொரு அணையில்
சிசி காமிராவில் பச்சை நிற சொட்டு ஊற்றும் நான்
பதிவாவானது கண்டறியப்பட்டு
“என்ன இழவையடா கலந்தாய்?” என
இரவோடிரவாக தூக்கப்பட்டேன் ஒரு வருடம் கழிந்து.
பழையபடி மாற்ற என்னிடம் விலை பேசினார்கள்.
இலையெனில் சிலுவையேற்றுவோம் என்றார்கள்.

ஒப்புக்கொண்டு அதிகாரிகள் கூட வர அணை இருந்த
பகுதிக்கு இழுத்துவரப்பட்டேன். மாற்றாக ஒரு சொட்டு
என் சிறுநீரை கலந்தேன் அணைநீரில். அள்ளிப் பருகச் சொல்லி
அதிகாரிகளை அழைத்தேன்.
முகம் சுளித்து கவனித்தார்கள் பச்சைநிறம்
தண்ணீரில் விடுபடுவதை.
மகிழ்ந்து அள்ளிப் பருகியவர்கள்
தொட்டுக் கொள்ள ஊறுகாய் கேட்டார்கள்!
“நீ பயங்கரமான ஆளுடா!” என்றார் போதை மிகுதியில் ஒரு அதிகாரி.
அங்கிருந்து நான் நழுவினேன்.

## கடலைக் களவாடியவன்

கடல் பார்க்கச் சென்றிருந்தேன்.
ஊர் திரும்புகையில் கையோடு கடலையும்
கூட்டி வந்து விட்டேன்.
கடல்வாழ் உயிரினங்கள் அனைத்தும்
யாரை நோக்கிப் போராடுவதென தெரியாமல்
'வேண்டும் வேண்டும் கடல் வேண்டும்'
என கோஷமிட்டன! காத்திருந்தவன் மனைவியை
நேற்று வந்தவன் எவனோ கூட்டிப் போனதாய்
திமிங்கலம் ஒன்று மீடியாவிற்கு கூறிற்று.
கடலை நான் களவாடி வந்ததாய் குற்றம்
சுமத்தப்பட்டேன். இது துன்பமென அன்றைய
நள்ளிரவில் நான் கடலை குடித்து விட்டேன்.
கடலைக் காணோமென்ற பிரச்சனை
கடல்பகுதியில் மட்டுமே மிச்சமிருந்தது சிலகாலம்!

## சொல்லக் கூசும் கவிதை

இந்தக் காக்காயிக மனுசன
நிம்மதியா கல்லுக்கட்டுல படுக்க உடுதா..
தலமேலயே பேண்டு வெக்கிதுக!

சுளுக்க எறும்பு கடி வேற - இருந்தாலும்
பிரச்சனைவள மறந்து இத்தாப் பெரிய
வேப்பமரத்தடியில நெழல்ல நீட்டிக்
கெடக்கறது சுகமோ சுகம் தான்.

வேட்டைக்கி போன ராசனை
இன்னங்காணம் - எதுனாச்சிம்
உடும்போ கிடும்போ கடேசிக்கி
ஒரு காக்காயாச்சிம் கொண்டாருவான்.

காலுக்கு அவட்டை போனதுலயிருந்து
ஒரு காடு கூட நடக்க முடியறதில்லே!
ஊருக்குள்ள கெழடுக ஒன்னொன்னா
செத்துப் போச்சுதுக! என்னோட சேத்தி
இன்னம் நாலு தான் உசுரெ வச்சுட்டு திரியறதுக!

முத்தாக் கெழவன் நடமாட்டமே காணோம்.
கயித்துக் கட்டல்ல கூரை ஓலையை பாத்துட்டே
சாவு வருதான்னு கெடக்கானாம்.

ஒத்த ரூவா துட்டை கையில
தொட்டு மாசம் பலதாச்சு!
பீடிக்கு கூட வக்கில்லாமப் போச்சு.

கண்ணும் வேற பொகை படிஞ்சாப்டி
நொள்ளக் கண்ணாயிட்டு வருது.
ராசாத்தி செத்த மறு நிமுசமே
எம்பட உசுரும் போயிருந்தா
நல்லா இருந்திருக்கும். - மவனுக
ரெண்டுபேரும் வாத்தியானுகளா இருக்காங்க.

எனக்குன்னு ஒரு ஈயப்போசி, ஈயடம்ளர்
குடுத்துட்டானுக! மாசாமாசம் ஒரு ஊடு.
ஒன்னாந்தேதியானா சின்ன மருமவ
ஞாவகப்படுத்துவா... தேதி ஆச்சின்னு!
எப்படியும் பழைய சோத்தையாவுது
ஊத்திடறாளுக மவராசிக!

வாத்தியானுகன்னு தான் பேரு
மருமவளுவ சூத்துப் பொறத்தாண்டியே
இவுனுவ சுத்துவானுவ! -எனக்கு
என்ன போடறாளுக என்னன்னு
ஒன்னத்தீம் கண்டுக்க மாட்டேங்கறானுக.

அப்பன் பீடி குடிக்குமேன்னு எவனாச்சிம்
ஒரு கட்டு கணேஷ் பீடி வாங்கிக் குடுக்கானுகளா?
பீடி கேக்கப் போயித்தான் ஒரு விசுக்கா
சின்னவன் சொன்னான்,

“கெழட்டுத் தாயலி, பீடி என்னடா பீடி?
போயி ஒரு மூலையில கெட”ன்னு.
வாங்கிக் கட்டிக்கிட்டேன்.

ரயில்ல தலையைக் குடுத்துடலாம்னு இருந்தேன்.
நாளைக்கி இந்த வாத்தியாப் பசகளுக்கு
என்னால ஒரு அவப்பேரு வந்துடும்னு தான்
வெட்டுப் பீடிகளை பொறுக்கி
மடியில வெச்சுக்கிட்டு குடிச்சிக்கிறேன்.

வயசான காலத்துல ரோசத்தையும்
கோவத்தையும் கூட வெச்சிக்கிட்டு
என்ன செய்ய? ஆனா ஒன்னு
இவனுகளை பேசாம மரமேறவே
வெச்சிருக்கலாம் - இந்த நேரம் கேரளா பக்கம்
கூலிக்கி ஏறி இறங்கீட்டு இருந்திருப்பானுக.

ராசாத்தி தான் வெறவு சொமந்து
சொமந்து படிக்க வெச்சுட்டா.
நான் மேல போயி அவ இருந்திருக்கணும்.
பிச்சைக்காரி மாதிரி போசியத் தூக்கிட்டு
அந்தூடு இந்தூடுன்னு போயிருந்தாள்னா
வெசம் வெச்சு சந்ததியே
இந்நேரம் இல்லாமப் பண்டியிருப்பா!

இந்தக் காக்காயிக மனுசன சித்தெ
நிம்மதியா படுக்க உடுதுங்கறீங்களா?
தல மேலயே பேண்டு வெக்கிதுக!

## ஆதிக்கம்

அவள் பெயர் எதுவாகவோ இருக்கட்டும்
அவள் ஒரு குடும்பத் தலைவி.
ஐந்து மணியிலிருந்து ஜெயா டிவியில்
சுப்ரபாதம் கேட்டு மகிழ்ந்து
புருசனுக்கு முத்தமிட்டு அனுப்பி -தனது
பட்டு வண்ண மேனியை குளியலறைக்குள்
குளிப்பாட்டி, பிங்கி ஆடையுடுத்தி
பிரார்த்தனைக் கூட்டம் சென்று
இறைவன் ஆசி பெற்று, நேரே
மாதர் சங்க கூட்டமொன்றில்
மைக் பிடித்து ஆடவர் கொட்டமடக்கும்
அருமை வசனங்கள் பல பேசி
கைதட்டல் பெற்று கொக்கோ கோலாவை
உதடு மீது பட்டும் படாமல்
குடித்து விடைபெற்று,
ரிஸ்ட் வாட்ச்சில் மணி பார்த்து
தேவி அபிராமியில் தளபதி விஜயின்
திருமலை பார்த்து, கெனடிக் ஹோண்டாவை
வீட்டினுள் தள்ளி, தனதறையில்
நைட்டிக்குள் நுழைந்து வேலைக்காரனை
ஜாடையாய் அழைக்க, ஆடை அவிழ்த்து
ஆசையாய் வந்தவனிடம் சொன்னாள்..
“நான் தான் மேல”

# அப்பாவி

எங்கக்கா புடுங்கிப் புடுங்கி
திங்கான்னு எம்புட்டோ
கோவம் தான் அவமேல...
எங்கக்கா எனக்குன்னு
எதையும் வெச்சிருந்து தரமாட்டா..
தாந்தின்னியா வளந்தவ அவ.
எங்கக்காவெ ரொம்ப தூரத்துக்கு
கட்டிக் கொடுத்துட்டதால
அப்பா மேல அம்மாவுக்கு வருத்தம்.

அந்தக் குடும்பமும்
அதக்குடு இதக்குடுன்னு
புடுங்கித் திங்கிற குடும்பமா
போயிடுச்சுன்னு அப்பாவுக்கு வயித்தெரிச்சல்.

அக்கா ஊட்டுக்காரருக்கு
கிட்னி பழுதாப் போச்சுன்னு
மாலமாலயா கண்ணீருட்டு
அழுகாளேன்னு என்னோட
கொட்டையில ஒன்னை
கொடுத்த பொறவும்..
எனக்குன்னு அப்பா வாங்கியாந்த
ஆரஞ்சிப் பழத்தை தொப்பெ தொளிக்காம
கடிச்சித் தின்னா பாருங்க

அப்பத்தான் அப்பா அவளெப் பாத்து
காட்டுக் கத்தல் கத்தினாரு..

பெட்டுல தான கெடக்கான்
அவனையும் எடுத்து முழுங்கீட்டு
பொச்சைத் தட்டீட்டு போயிடுன்னு!

எங்கக்கா அதுக்கெல்லா அசரமாட்டான்னு
எனக்குத்தானே தெரியும்!

## கெணறுகள் கூறும் கவிதை

போவறதுக்கே பயம் தான்
மங்காங்காட்டு கெணத்துல
மங்கம்மா செத்தபொறவு அது வழியா..
பாதாளசோதி கெணதுள்ளார தொளாவி
அவ ஒடம்பெ மேல இழுத்தாந்தப்ப
அவ ஒதடு, கண்ணும் ஈறு அமட்டையும்
நண்டுக தின்னு போட்டுதுக!

அதெ நாம் பாத்ததுல இருந்து தான்
அது வழியா போறப்பெல்லாம்
எல்லாச் சாமிகளையும் கும்புட்டுக்குவேன்
காப்பாத்தச் சொல்லி! ஆனாலும்
ஒடனே ஒன்னா வந்துடும் எனக்கு.

ஒட்டங்காட்டுல ஒரு கெணறு இருக்குது
செத்துப்போன, சாவக் கெடக்குற
நாயி, பூனெ, ஆடுகளெ அதுக்குள்ளார தான்
வீசிடுவாங்க! காலி குப்பீக, மருந்து பாட்டிலுக
எல்லாத்தீமே தொப்பு தொப்புனு
அந்தப் பாங்கெணத்துல வீசிட்டு போயுடுவாங்க!
உள்ளார வெறும் வேலிச் செடியும்
பெதறுமாத்தான் எப்பயுங் கெடக்கும்.

அதுல இருந்து ஒரு விசுக்கா
முக்கி மொனகி ததக்கி
மேலேறிப் போயிட்டிருந்தா வன்னாத்தி!
உள்ளார இசிக்கி போனாளோ

என்ன எழவோன்னு தொலைக்கல்லுல
நின்னு எட்டிப் பாத்தப்ப பொன்ராசு
டவுசரைப் போட்டுட்டு இருந்தாரு.

எங்க ஊரு கெணறுக
இப்பிடி பல வழிகள்ல எல்லோருக்கும்
ஒதவி செய்யுதுக! - உங்க ஊரு
கெணறுவலயும் இந்தக் கதைக உண்டுமா?

# செல்லாயி சொன்ன கவிதை

அப்பாரு படுக்கப்போட்டு
விடுவாராம் எவளையும்.
அவருக்கு அதில் சில
ரூல்ஸ் அண்ட் ரெகுலேசன்ஸ்
இருந்ததாக கோடி வீட்டு
செல்லாயி சொல்லிப் போனாள்.

விதவைகளை தொட மாட்டாராம்
அவர்கள் சாமிக்கி சமானமானவர்களாம்.
சாமி குத்தம் வந்து விடுமாம்.
அதே போல சாமிக்கு
சேவகம் செய்யும் குடும்பத்து
பொண்டுகள் மீது அவர்
கண்பார்வை கூட விழாதாம்.
அப்படி மீறி தொட்டு
செத்துப் போனவர்கள் கதையும்
வாழ்ந்து கெட்ட குடும்பங்களின்
கதையும் நிரம்பச் சொல்வாராம்.

அப்பாரு இப்படி டொக்கு பார்ட்டி
ஆனதற்கு அப்பத்தா தான்
காரணமுங்கறா செல்லாயி!
இப்படி தாத்தா பண்டுதுன்னு
யாராவது கோல் மூட்டி விட்டா
அப்பத்தா நம்பவே மாட்டாளாம்.
அவுனுக்கேது அம்புட்டுத் தைரியம்?
சொல்வாளாம் அப்பத்தா.

சாவக் கெடந்த அப்பாருக்கு
சாவே வரலியாம்.
ஓரம்பறைக இதா போயிடும்
அதா போயிடும்னு ஊட்டையே
சுத்திச் சுத்தி வந்துச்சாம்.
நாம் போயி உங்கொப்பாரு
கூடப் பொறந்ததுகளை வெளிய
அனுப்பி கதவெச் சாத்தி
என்னுதக் கிட்டக்க காட்டுன அப்புறம்தான்
கேர்ர்ர்னு சப்தம் போட்டு
மூச்சை நிப்பாட்டுனாரு உங்கொப்பாரு
அப்படிங்கறா செல்லாயி!

## இன்னமும் பெண்கள் அதற்காகவே ஜீவிக்கி...

ஒத்தெ நாடிடா பையா
அதான் ஆசை சாஸ்தியாயிடுது..
இனிமேட்டு நீ நம்ப ஊர்க்காரிவ
எவகிட்டயும் பேச்சே
வெச்சிக்கப்படாது.. என் தங்கம்..
என்ன செரியா? சரியா தங்கம்.. ஹா!
எப்பட்றா இப்புடியெல்லாம்
பழகி வெச்சிருக்கே?

இவனுக்கு இவளின் பின்புறம்
மேடாய் பூசணிக்காய் மாதிரி
இருப்பதால் எப்போதுமே அதை
கண்டதுமே விரக தாபத்தில்
காதுகள் ஜிவ்வெனத் துடிக்க
உமிழ்நீர் வாயில் சுரக்க தவிப்பான்.
சரி சரி பையன் வந்துடுவான்
சீக்கிரம் எந்திரிச்சுப் போ!
என்பாள் அவள்.

தீனிக்காரி அவள்
இரண்டு கன்னங்களும் தனித்தனியாய்
ஒருண்டு திரண்டிருக்கும்.
உதடுகள் கூமாச்சியாய்
உள்ளே குவிந்திருக்கும்.
உள்ளூர்க்காரன் கட்டி வந்து
பல வருஷம் போய் விட்டது.
இவன் கல்லெறிந்தான்.

ஸ்பீடா இருந்தா ஆம்புள பிள்ள
ஸ்லோவா இருந்தா பொம்பளப்பிள்ள
இருட்டுல இருந்தா கரும்புள்ள
வெளிச்சத்துல இருந்தா சிவப்பா பிள்ள
எது வோணும் பிள்ள உனக்கு?
எதுவா இருந்தா என்ன
நம்ம ஊருப் பொம்பளைங்களுக்கு
தெரியாம நடந்தாச் செரி,
என்றாள் அவள்.

உங்கிட்ட நான் படுக்க வந்தனா
இல்ல உங்கொம்மா கிட்டயா?
இரவில் தனித்தே படுத்த
கணவனை உதாசினப்படுத்தி விட்டு
போன மயிலாத்தாவுக்கு உருண்டை விழிகள்,
நீளமான மூக்கு, சிவந்த நிறம்
இந்த விசயம் இவள் ஊரை
விடு போன பிற்பாடு தெரிய
வந்ததால் ஒரு லாபமும் இல்லை.

மண்ணுத் திங்கறதை மனுசன்
நான் ஒரு நாள் தின்னுதான் பாக்குறேனே
என்றான் இவன்.
தின்னுட்டுத் தான் போயேன்
என்றவளுக்கு இரண்டு பெண் குழந்தைகள்.
மலையாளப் படங்களில் வரும்
வேலைக்காரிகளைப் போலிருப்பதால்
இவனுக்கு அவளை எங்கு கண்டாலும்
நட்டுக்கும்! - இதக் கேக்கறதுக்கு எதுக்கு
உங்களுக்கு இத்தனை நாளு?

நாங்க ஒரு பார்வை பார்த்தா
உடனே புரிஞ்சிக்காதா? என்றாள் அவள்.

அவள் கறுப்பு தான். ஆனால்
களையாக இருந்தாள்.
உண்டா? இல்லையா? என்றான்.
அதெல்லாம் உண்டு என்றாள்.
தொப்புள் குழியில் முத்தமிட்டான்.
இடையைப் பிசைந்தான்.
கூச்சமா இல்லியா? என்றான்.
ஏன் தாமசம் பண்றே?
காரியம் நடக்கட்டும் என்றாள்.
காரியத்தை நடத்தியபடி
நல்லாயிருக்கா? என்றான்.
எல்லாம் இருக்குது..
யாராச்சிம் வர்றதுக்குள்ள
முடிச்சுட்டு சட்டுனு கௌம்புங்க! என்றாள்.

## திருட்டு மாங்கா

**உ**னக்கு போன் செய்வதில்
இப்போது சிக்கல் இருக்கிறது.
உனது கணவன் இரவுப் பணிக்கு
சென்றிருப்பானா அல்லது
பகல் நேரப் பணி முடித்து
திரும்பி விட்டானா தெரியவில்லை..
இரு ந்தாலும் இது ஒன்றும்
பெரிய பிரச்சினை இல்லைதான்..
உன்னைப்பொருத்தவரை!
ஆமாண்டி,தெரியலடி,ஆவாதடி
என உனது தோழியிடம்
பேசுவதுபோல, நான் ஒன்றுபேச
நீ ஒன்று பேசி வைத்துவிடுவாய்.
உனக்கு போன் செய்வதிலான சிக்கல்
"மனைவியின் கள்ளக்காதலனை
வெட்டிக்கொன்ற கணவன்"
என்கிற செய்தியை தினசரி ஒன்றில்
படித்ததிலிருந்துதான்!
இதற்க்கெல்லாம் போயா பயம்?
உள் மனது அவ்வப்போது
தட்டிக்கொடுத்தாலும்
திருட்டு மாங்காய்க்கு ருசி
தனிதான் கண்மணி.
எப்படியோ மனதை திடப்படுத்தி
உனக்கு ரிங் அடித்தேன்.
"இன்னிக்குத்தான் குளித்தேன்
நாலு நாளு போவட்டும்"
என்கிறாய் !
போச்சாது போ!

## குட்டேட்டன்கள்

இந்தக் கவிதைக்குள் ரேஷ்மா தான்
முண்டு கட்டிக் கொண்டு வந்திருக்க வேண்டும்!
கடவுளின் பிரார்த்தனையும் அது தான்.
ஆனால் ஷகீலா தான் குட்டேட்டன்களின்
கரகோசங்களுக்கிடையில் சிற்றோடை
நோக்கி வந்தாள்! கையோடு கொண்டு வந்திருந்த
மஞ்சள்தூள் பொடியை ஆற்றில் நனைய விட்டு
அக்குள்களில் பூசிக்கொண்டு திரையை வெறித்தாள்!

குட்டேட்டன்களின் போதாமையை நிறைவு
செய்ய இயக்குனர் உண்ணி யங் பாய் ஒருவனை
ஷகீலா அமர்ந்திருந்த ஸ்பாட்டுக்கு அனுப்பி
அவளுக்கு முதுகு தேய்த்து விட அனுமதித்தார்.

இந்த தியேட்டர்கார சண்டாளப்பாவிகள் அடுத்தகணமே
சண்டைக்காட்சிக்கு தாவி விட்டார்கள் என்று
குட்டேட்டன்கள் கொந்தளித்து பெஞ்சுகளை தூக்கி
வீசி எறிந்து விட்டு கிளம்பிய காலம் மலையேறி
வைகுந்தம் போய் விட்டது சகோதரா!

## மருதாயி விறவுக்கு போன கவிதை

காலையில் விறகு வெட்டி வர
கரடு போன மருதாயி
இனி மாலையில் தான் வருவாள்.
கூடத் துணைக்கு தன்
சொறி நாயையும் கூட்டிப் போவாள்.
கரட்டோரம் சாராயம் காய்ச்சும்
முனுசாமி முதல் வடிசலில்
இரண்டு கிளாஸ் இவளுக்கு
ஊற்றிக் கொடுப்பான்.

வேண்டாம் வேண்டாமென
வாய் கூறினாலும் கைகள்
நீண்டு வாங்கிக் கொள்ளும்.
சாராயம் வாங்க, குடிக்க
வரும் பண்ணாடிகள்
மல்லாந்து கிடக்கும் மருதாயியை
புணர்ந்து புணர்ந்து போவார்கள்.
சொறி நாய் வேடிக்கை பார்த்து
வேறு கள்ளி நிழலில் காவலிருக்கும்.

மதியமாய் எழும் மருதாயி
முனுசாமியை ஏசி ஏசி
மறுதண்ணி வாங்கிக் குடிப்பாள்.
போதை மீறிப் போன மருதாயி
பாத்துட்டு சும்மாவா இருந்தே? என
நாயின் புட்டத்தில் மிதிப்பாள்.
அது வாள் எனக்கத்தி
வேறு கள்ளி நிழலில்
படுத்துறங்கப் போகும்.

# திட்டு

இவனெப் பெத்ததுக்கு
அம்மிக்கல்லைப் பெத்திருந்தா
அரைச்சுட்டாவுது இருந்திருக்கலாம்.

நாலு ஆட்டுக்குட்டியாவுது
வாங்கி மேய்க்கலாம் தான்
காடு கரையெல்லாங் கெடக்கு
இவனெ மேய்க்கறக்கே
நாலு ஆளு வேணுமாட்ட.

காலவுது ஒரு கெடையில நிக்குதா
முட்டியுல வெச்சித்தா
ஒரு நா அதெ தறிச்சிப்பிடணும்.
கொள்ளி வா பெசாசு கணக்கா
அவுத்துட்ட நாயாட்டம் ரவு, பகலு
பாக்காம சுத்தட்டம் வேண்டிக்கிடக்கு!

ஊர்ல இது சோட்டுப்பசக்
அதது வெள்ளனே தூக்கு போசிய
தூக்கீட்டு பொழப்புக்கு போவுதுகள்.
வாரமானா கூலி வாங்கியாந்து பெழைக்குதுகள்.
இதுக்கு எதுக்குமே வளைய மாட்டேங்கு.
பேசாம சும்மா இருக்கறதாம்.

கண்ணாலம் கட்டிக்கிட்டா
சரியாப் போவுமின்னு
ஆறுமுக மாமா சொல்லப் போக

உம்பொண்ணையே குடுன்னு வேற
கேட்டு வெச்சிருக்கான்.

புள்ளையெ நீ டொக்கு போடாம
கொன்னு போடுவீன்னுட்டு
போயிட்டாப்லையாமா!
பின்ன கண்ணாலம் கட்டிக்கிட்டு
டொக்கு போடாம புடுங்கவா
செய்யுறது? அப்பிடிங்கான்!

மூனுவேளெ வட்டல் நம்ப
கொட்டிக்கிறேல்ல?
சோறு தானே திங்கே?
பிய்யெ இல்லேல்ல!

# தொடுப்பு

நீ கதவை உள்ப்புறமாக தாளிட்டுக் கொண்டு
சென்டெக்ஸ் போர்வை போர்த்தி உன் மெத்தையில்
நிம்மதியாய்த் தூங்கு!

நான் வெளித்திண்ணையில் தலையணை ஏதுமின்றி
வலது கையை மடித்துத் தலைக்கும் கொடுத்து
தென்பக்கமாய்ப் பார்த்தபடி படுத்துறங்குகிறேன்.

வெளிவாசலில் நான் பந்தல் வேய்ந்திருக்கலாம் தான்
அப்படியிருப்பின் இந்த பனிக்காலத்திற்கு
கொஞ்சமேனும் பாதுகாப்பாய் சுருண்டிருப்பேன்.

ஊருக்குள் எனக்கு எந்தத் தொடுப்புமில்லை என்று
நான் சொன்னால் நீயேன் நம்பவே மாட்டேனென்கிறாய்?
தொடுப்பு வீட்டிலேயே போய்க் கிட!வென இப்படி
கதவை ஓங்கி அறைந்து சாத்திப்
போயிருக்க வேண்டியதில்லை நீ.

ஊருக்குள் நீ தான் தொடுப்பு வைத்திருக்கிறாயென
ஊரே சொல்கிறது என்றாலும்
நான் உன்னிடம் அதுபற்றியெல்லாம்
ஒரு வார்த்தை பேசியிருப்பேனா?
என்னதானிருந்தாலும் என் அம்மா
இருந்திருந்தால் இப்படியென்னை
வெளித்திண்ணையில் படுக்கப்போட்டிருக்காது.

நானுண்டு என் பொழப்பு உண்டென
பொட்டாட்டம் போய் வந்து கொண்டிருக்கும்

என்னை இப்படி அடிக்கடி இம்சிப்பதையே
வழக்கமாக வைத்திருக்கிறாய்! –
இல்லாத தொடுப்பை நான்
எங்கனம் பெறுவது ஊருக்குள் சென்று?

முப்பத்தியைந்து வயதில்
இப்படியான பிரச்சனைகள் வீட்டில் முளைத்து விட்டதால்
எப்பாடு பட்டேனும் அல்லது காலிலே விழுந்தேனும்
ஊருக்குள் ஒரு தொடுப்பை
நான் சம்பாதித்தேயாக வேண்டும்.

இந்தக் குளிரில் நான் விடியும் வரை கிடந்தேனென்றால்
விடிகாலையில் விரைத்துத்தான் திண்ணையில் கிடப்பேன்!
நான் ஊருக்குள் கிளம்புவது தான் நல்லது.

உன் தொடுப்புக்குப் பிறந்த நம் மகள் படுத்துறங்குகையில்
விரல் சூப்புகிறாள் இன்னும். பார்த்து அந்த விரலைப்
பிடுங்கி விட்டேனும் படுத்துறங்கு!

## என் ஊர்

எங்கள் ஊரில் எந்தப் படுகொலைகளும் நிகழவில்லை.
எங்கள் ஊரில் எந்த துவக்குகளும் வெடிக்கவில்லை.
எங்கள் ஊரில் எந்த சப்பாத்துக் கால்களும் கூட்டமாய் நகரவில்லை.
எங்கள் ஊரில் எந்தக் கர்ப்பிணிகளும் பலாத்காரம் செய்யப்படவில்லை.
எங்கள் ஊரில் பதுங்கு குழிகள் ஏதுமில்லை.
எங்கள் ஊரில் விமானங்கள் குண்டு மழை பெய்வதில்லை.
எங்கள் ஊரில் எந்த மயிராண்டியும்
கத்தியெடுத்துக் கூட வெட்டுவதுமில்லை.
இதெல்லாம் ஒரு ஊரா?

அப்புறம் எப்படிடா கள்ளத் தோணியில்
புலம் பெயர்ந்து போசி கழுவி
இலக்கியம் படைப்பது நாங்கள்?

# பேச்சு

எம்பட வூட்டுக்காரனை என்னுமோ நான் தான்
கொன்னு போட்டதா எழவுக்கு வந்த
சனமெல்லாம் பேசுறதா சேதி கேட்டு வந்த
தங்கச்சிகாரி குசுகுசுன்னு சொன்னா!

அவந் தண்ணி போட்டே கொடலு வெந்து
செத்தான்றது யாருக்கு தெரியாமக் கெடக்குன்னுல்லொ
நானு நெனச்சிருந்தேன். ஊர்ல இருக்கவன் பூரா
அவன்ட்ட வாங்கிக் குடிச்ச பாவத்துக்கு ஊடு ஏறி வந்து
பேசுறானுங்க பாரு பேச்சு!

ஊட்டுக்குள்ளார பொணம் கெடக்கேன்னு பாக்கேன்
இல்லீன்னா இவனுங்கள ஒரு புடி புடிச்சிருப்பேன்.
மாவாளியத்தா! இவனுக்கு ஆக்கிப் போட வந்து, சேலயு
தூக்கீட்டு கெடந்து கண்டது தானென்ன? அம்மான்னு
கூப்புடறதுக்கு ஒரு புள்ளையுண்டா? உக்கோந்து
ஆக்கித்திங்கறக்கு சொத்து உண்டா? வேல வெட்டி
இல்லா குடிகார கேப்மாரிக்கி கட்டிக் குடுத்துட்டு
ஆயாகாரி போயிச் சேர்ந்துட்டா! அவங்குடிக்கி
அவன் சம்பாதிச்சு குடிச்சு செத்தவனை சீக்கிரமா
தூக்கிட்டு போங்கடா!

எம்மேல பலி
போடறதா இருந்தா இன்னிக்கி ஒரு நாளைக்கி போடுங்க!
நாளைக்கி பாருங்க, பேசுனவன் நாக்கையெல்லாம்
இழுத்துப் புடிச்சு சூரிக்கத்தில அறுத்துடறேன்.
கோமலவள்ளின்னா கொக்கா!

## வாசகர் நேர்காணல்

வெகுதூரம் பிரயாணப்பட்டு வந்த
வாசகர் ஒருவர் வந்தமர்ந்தவுடன்
ஜெயமோகனைத் தெரியுமா? என்றார்!
திடீரென என்னையே மறந்துவிடும்
பெருவியாதியில் பீடிக்கப்பட்ட நான்
எஸ்ரா-வை மட்டும் தெரியும் என்றேன்!

எஸ்ரா-வை அவருக்கு தெரியாது போல!
'சக படைப்பாளியை தெரியாத நீங்க
எல்லா என்ன எழுத்தாளரு?' என்றார்.
'என்னாது நான் எழுத்தாளனா?' என்றேன்.
'பின்ன கூலித்தொழிலாளியா நீங்க?' என்றார்.

எனக்கு ஜெயமோகனைத் தெரியுமென்றேன்!
'நீங்க இந்த கம்பெனில எத்தனை வருசமா
குப்பை கொட்டறீங்க?' என்றார்.
அவருக்கும் திடீர் மறதி பெருவியாதி
இருப்பதையுணர்ந்தேன்!

## ஏதேனும் செய்ய

இந்த மழையில் ஏதாவது செய்ய வேணுமென
எல்லா இல்லத்தரசிகளும் ஆசை கொள்கிறார்கள்!
ஒருத்தி சுண்டல் வேகவைக்க ஆசை கொள்கிறாள்!
ஒருத்தி பஜ்ஜி சுட ஆசை கொள்கிறாள்!
ஒருத்தி சரக்கு போட ஆசை கொள்கிறாள்!
ஒருத்தி மழை ஈரத்திற்கு காதலனை
கட்டிக் கொள்ள ஆசை கொள்கிறாள்!

ஏதுமறியா இல்லத்தரசன் அரை கட்டிங் போட்ட பிறகு
கள்ளக்காதலியை அலைபேசியில் அழைக்கிறான்!
கொஞ்சம் சளி! என்று இருமிய கள்ளக்காதலி நாளைக்கு
பார்க்கலாம் என்கிறாள்!
இந்த வாழ்வு ஏகதேசமாய்
நாசமானது குறித்து மழையில் நனைந்த வண்ணம்
பிதற்றத் துவங்குகிறான் இல்லத்தரசன்!

## முருகேசா!

**கா**தல் என்ற காந்தத்தால் ஈர்க்கப்பட்ட கனகா
நடுநிசியில் தன் இல்லத்திலிருந்து கம்பி நீட்டினாள்!
வர்ணிக்க முடியா அளவு ஆபரணங்களும்
பூ வேலைப்பாடுகள் கொண்ட
வெண்ணிற உடையையும் அவள்
அச்சமயம் அணிந்திருந்தாள் முருகேசா!
அதைக் கண்ணுற்ற நான் கவிஞனாய் இருந்து தொலைக்கவில்லை!
அப்படியிருந்திருந்தால் கண்டமேனிக்கு
அவள் அழகை பாட்டாய் படித்திருப்பேன்!
தன்னை காதலன் கண்டதும் யப்பா! என்று மயங்கிச் சரிய
வேண்டுமெனத்தான் கனகா அப்படி அத்தர் மணம் கமழ,
மை தீட்டிய விழியோடு கிளம்பியிருக்க வேணும்!
கனகா நெலா வெளிச்சத்திற்கு வந்தபோது அங்கு
வீசிக் கொண்டிருந்த இளந்தென்றல் இவளின் காதல் கதையை
செடி கொடிகளிடம் கூறியது எனக்கு
பேருவகையாக இருந்ததடா முருகேசா!
ஒரு மலையருவியின் அருகில் காதலர்கள் இணைந்திருப்பதைப்பற்றி
ஒரு பாட்டு படிக்க முடியுமா உன்னால் முருகேசா?
என்னால் முடியுமென தெரியவில்லை!
போக வன்னாத்திப்பூச்சிகள் ஏகபோகமாய் சுற்றும்
இந்த வீதியில் இனி நீயிருக்க வேண்டாம்!

# பஸ் நிறுத்தக் காட்சி

**வ**யிற்று உபாதையில்
அவதியுறும் ஒருவன்
கட்டணக் கழிப்பிடத்திற்கு
அவசரமாய் போகிறான்

மூக்கில் சளி ஒழுக
பள்ளிச் சீருடை அணிந்த
பாப்பா தோளில் வலப்பையுடன்
ஆறு பாஞ்சு தொன்னூறு என
ஒப்பித்துப் போகிறாள்.

தெருவில் சிதறிய சில்லறைகளை
பொறுக்கி எடுத்துப் போகிறான்
தவற விட்டவன்.
ப்ளாஸ்டிக் தாள்களை குப்பைகளில்
பொறுக்கி சாக்குப் பையில்
திணித்துப் போகிறான் குப்பை பொறுக்கி.

சில்லறை வியாபாரிகள் கூவி
விற்கிறார்கள் வெள்ளரிப் பிஞ்சுகளை.

பேருந்தின் சன்னல்புறத்தில்
எட்டிப்பார்க்கும் முகங்கள்
பயணக் களைபைக் காட்டி
பொயிலை துகள்களையும் வெற்றிலைச்
சாற்றையும் துப்பிப் போகின்றன.

காயடிக்கப்பட்ட கணவன்மார்கள்
தத்தம் மனைவிமார் புறத்தே
மூட்டைகளோடு போகிறார்கள்.

சாலைகளில் நகரும் பேருந்துகள்
புகை கக்கிப் போகின்றன
பேருந்துக்காய் காத்திருப்போர் மீது.

அவரவர்கள் அவரவர்களது
மனைவிமார்களோடு பயணிக்கிறார்கள்
டிவிஎஸ் ஐம்பதுகளில்.

யாரோ வீசிய மிக்சர் பொட்டணத்திற்கு
சண்டையிட்டுக் கொள்கின்றன காகங்கள்.

நிறுத்தத்தில் காம்பௌண்டு சுவர்
ஓரங்களில் விளம்பரங்கள் பளிச்சிடுகின்றன.
விளம்பரத்தில் சிரித்த பட்டு சென்டர்
பெண் முகத்தில் மூத்திரம் பெய்து
வந்தார்கள் சில அவசரக்காரர்கள்.

பெண்கள் கூட பாபா தட்டி விளம்பரத்தில்
கத்தியோடு தங்களைப் பார்க்கிறான் என்ற
நினைவின்றி பாவாடை சீலையை
அகலப்பிடித்து முக்கி மண்டு போனார்கள்.

காத்திருந்தவன் பெண்டாட்டியை
காலைக்காட்சிக்கு நேற்று வந்தவன்
எவனோ தள்ளிக் கொண்டு போனான்.

ஊசி பாசிக்காரி ஒருத்தி
அரைப் பாவாடை உடுத்தி
அங்கம் தனம் காட்டி
“வாங்கேய்ய்ய் சாம்யேய்ய்!”
எனக் கூவிப் போனாள்.

ஆவின் பாலகத்தில் அழகான
பெண்கள் சிலர் கல்லூரி பேருந்தை
எதிர்பார்த்து நின்றிருந்தனர்.

சாலையில் திடீரென வாகனத்தில்
வால் நசுக்கப்பட்ட நாயொன்று
“வாள்” எனக் கத்தி தலை தெறிக்க
ஓடிப் போனது காணாமல்.

யமஹாவை ஓரங்கட்டி
அரைமணி நேரம் கடலை போட்ட
இளம்ஜோடி ஒன்று பார்வைக்
கணைகள் பட்டு பரிதவித்து நின்றது.

“கட்டுன அன்னைக்கே நீ முண்டையடி!”
எவனோ எவளுக்கோ
சாபமிட்டு ஓடினான்.

அருகாமையில் நின்றிருந்த
அம்மையாரின் முதுகிலிருந்த
குழந்தை இவனைப்பார்த்து சிரித்தது.
இவன்,சாப்புட்டியா பாப்பா? என்றான்.
அது ‘நாளைக்கி சாப்டுட்டேன்’ என்றது.

# வாழ்க்கைச் சக்கரம்

**உ**ங்கூருக்கு எவம் பொண்ணு குடுப்பான்?
எங்கிருந்து எங்க வந்து பொண்ணு கேக்கறீங்க?
அதென்ன ஊரா? வரப் பட்டிக்காடு...
பேரென்னா வாயிப்பாடியோ வாயாடியோ
பேரு பாரு ஊருக்கு வாயப் பாருடின்னு!
காத்தால எட்டு மணிக்கி ஒரு பஸ்ஸாம்
அதையிம் உட்டுட்டா நாலு மணிக்கி ஒரு பஸ்ஸாம்.
அதையும் உட்டுட்டா
ஆறு மைலு நடந்து வரணுமாம்.
ஊரைச் சுத்தியும் ரெண்டு மலையாம்
மலையில வெறுங் கள்ளியும் கிலுவையுமாம்.
புள்ளெ ஆடு மேச்சாப் போதுமாம்!
பொண்ணு வேணுமாம் பொண்ணு..
ஒரு அவசர காரியத்துக்கு ஆத்தரத்துக்கு
கட்டேன் ரைட்டா உங்க ஊர்ல வந்து
நிக்க முடியுமா? எழவு காங்க முடியுமா?
சும்மா சும்மா ஊரை கேவலமா
பேசாதீங்கன்னு சொல்லப்படாது! -இதா
இங்க ராசாத்தி மவளெ அந்த ஊருக்குத்தான
கட்டிக் குடுத்தாங்க! மலை அடிவாரத்துல
டீக்கடையாம். முருகன் மைக்கி செட்டு சென்டராம்.
கூடவே மாப்புள்ளெ இட்லி விப்பாராம்!
வெசாலக்கெழமெ சந்தெக்கடுவுன்னா
கல்லாவுல காசெ வழிச்சுத்தான் கொட்டணும்னு
கட்டிக்கிட்டு போனாங்க! உங்க ஊர்ல தான்
பட்டைச் சாராயம் ஊடு ஊடுக்கு காச்சுறாங்களாமா?
பேப்பர்ல போடறான்ல!
அட பொம்பளைங்க விக்குதாமா அதை?

கட்டிட்டு போனவன் ரெண்டு பசகளை
அவ கையில குடுத்துட்டு கொடலு வெந்து
செத்துப் போனானாமா.. மறுக்காவும்
புள்ளெ எங்குளுக்கு அதே மாதிரி வேணும்.
ஒடுக்கு எடுத்து குடுக்க முடியுமா உங்களால?
எவம் பொண்ணு குடுப்பான்? ஏறீட்டு வந்துட்டீங்க?
குடுத்துட்டு மூக்கைச் சிந்தீட்டு இருக்க
எங்களால ஆவாது சாமி! போய் வாங்க!

## அம்மாவின் கவலைகள்.

1. அப்பா ஞாபகமா இருந்த ஒரே ஒரு
அட்லஸ் சைக்கிளையும் வித்துப் போட்டான்!

2. அப்பா வாங்கி பைண்டு பண்ணி வச்சிருந்த
இலக்கியப் புத்தகங்களை எடைக்குப் போட்டு
தின்னு போட்டான்.

3. அப்பா படுத்திருந்த மெத்தையை தலித்
கூலியாளுக்கு சொல்லாம கொல்லாம
தூக்கிக் கொடுத்துட்டான்.

4. அப்பா புகைப்படத்துக்கு வாரம் ஒரு
விசுக்கா கூட பூ வாங்கி போடறதில்ல!

5. அப்பா வாங்கி வெச்ச பி.பி.எல் கலர் டிவியை
அடிமாட்டு விலைக்கு வித்துட்டு எல்.ஜி வாங்கலாங்கான்!

6. அப்பா ஓட்டிய டிவிஎஸ் மொபட்டை மூனாயிரத்துக்கு
வித்து அழிச்சிட்டான்!

7. அவ கிட்ட போகாதே போகாதேன்னு
தலையால அடிச்சிக்கிட்டார்! அங்கியே கெடக்கான்!

8. இப்புடியெல்லாம் செய்யுறியேன்னு, கேட்டாக்க
அப்பனுக்கு முந்தி நான் போயிருந்தா உனக்கு
நிம்மதியா போயிருக்குமா? அப்பிடிங்கான்!

## அக்கா பேச்சு

1. அங்க ஏளே பொறுக்கித் திங்கப் போனே?
ஏளே! உன்னால நானு ஊருக்குள்ள
எல்லாரு கூடயும் சண்டெக்கட்டீட்டு
திரியணுமா? –இங்க தான் உனுக்கு
வாறி வாறிக் கொட்டறன்ல.
கொரவளி வரிக்கும் நப்பீட்டு ஓடீர்றா!
தீவாளி வரட்டும் அதுவரிக்கும் ஆடுளே நீயி!
அக்கா கோழிகிட்ட பேசிட்டிருந்திச்சி!

2. வாலைச் சுருட்டீட்டு ஒரு கெடையில
கெடக்கறதுக்கு என்ன கேடு வந்துச்சி?
போங்காலம் கட்டிக்கிச்சாட்ட!
ஊருக்குள்ள நாட்டாமெ பண்ணப் போயர்றது..
உனுக்குத்தான் வெதரெடுத்துல் போட்டம்ல..
மோந்து பாக்கப்போனியா நீயி?
காத்தால புடிச்சி எத்தன குட்டுப் பீ
தின்னுட்டு வந்தே?
சோத்துக் குண்டானை வேற போயி நீ
எட்டிப் பாக்கியா?
அக்கா நாயி கிட்ட பேசிட்டிருந்திச்சி!

## துக்கம் விசாரிக்க வருவோருக்கு..

நீங்கள் ஒருவேளை சமயம் வய்கையில்
இப்படி ஒரு ரவுண்டு
வந்து விட்டுப் போங்கள்!

துணைக்கு கூட
ஒரு ஆள் இல்லாமல்
நான் இங்கனக்குள்ளேயே
சுத்திகிட்டு இருக்கேன்.

மேம்போக்கா சும்மா
எட்டிப்பார்த்தாப்ல
தொட்டுக்கோ தொடச்சிக்கோன்னு
கூட ஒரு எட்டு
வந்துட்டுப் போயிடுங்களேன்.
உங்க கூட பேசுனாப்பிடியுமிருக்கும்
அப்பிடியே ஒரு தபா
பார்த்த மாதிரியுமிருக்கும்.
உங்களுக்கும்
என்னடா எழவு கூப்டுட்டே
இருந்தானே தாயலி
போயித் தொலையறக்குள்ள
ஒரு விசுக்காவாவது பார்த்தாவது
தொலைச்சோம்னு இருக்கும்.
எனக்குன்னு யாரு இருக்கா
ஒலவத்துல உங்களைத் தவிரெ!
உங்களைக் கூப்பிடாமெ நானு
யாரக் கூப்பிடுவேன்.. அப்பிடியுமில்ல
நாந்தா உங்கள வந்து பாக்கலாமின்னா

நீங்க பழனிசாமிக்காரங்க!
எங்க சுத்துவீங்களோ
நேரா நேரத்துக்கு சாப்புடறீங்களோ என்னுமோ
சித்த சாமி சாமியா இருப்பீங்க
நேரங் கெடைக்கிறப்ப
ஒரு நடை வந்துட்டுப் போயிடுங்க!
வந்து இன்னார்னு விசாரிச்சாலே
சொல்லித் தாட்டியுடுவாங்க...
அந்தத் தாயொலியா?
அவன் அங்க தான் கெடப்பான்னு!

## சிலுவை மனிதன்

சிலுவையிலிருந்து இறங்கி வந்த மனிதர்
இருமியபடியே குறுநகர் நோக்கி நடையிட்டார்.
தன்னைத் தெரியாத ஒரு மனிதனை நிறுத்தி
அரசு மருத்துவமனைக்கு வழி கேட்கையில்
கனமாய் வந்த இருமலை அடக்கமுடியாமல் இருமினார்.

“முதல்ல மளிகைகடையில என்னையாட்டம்
மாஸ்க் வாங்கி மாட்டிக்கிட்டு இப்பிடி தெக்கையே
போங்க பெருசு!” சொல்லிக்கடந்தவனுக்கு இவர் கூறிய
‘தேங்ஸ்” காதில் விழுந்திருக்க வாய்ப்பில்லைதான்..

மருத்துவமனையின் நீண்ட வரிசையில் கடைசி
ஆளாகச் சென்று நின்றவர் முன்பாக மாஸ்க் அணிந்த
முகத்தினோடு தும்மலிட்டபடி நின்றிருந்தான் புத்தன்.
“கொரனா டெஸ்ட் எடுக்க வந்தீங்களா?” என யாரும்
யாரையும் விசாரித்துக் கொள்ளவேயில்லை!

## பாட்ஷா பாய்

மாணிக் பாட்ஷாவுக்கு வயதாகி முன் பற்களில் நான்கும்
கடைவாய் பற்களில் இரண்டிரண்டும் விழுந்து விட்டன!
பின்னணியில் அதே பிஜிஎம் ஒலிக்க ஆங்காங்கே
ஒட்டுத் தையலிடப்பட்ட கோட்டுடன் நடை தளர்ந்து
அவர் முன்னால் வர, கூடவே பாதுகாவலர்கள் ஐவரும்
பின்னால் எட்டு வைத்து அந்த இரவில் என் ஊர் வந்தனர்.
பாதுகாவலன் ஒருவன் பத்து வருடம் முன்பாக நடந்த
துப்பாக்கிச் சூட்டில் ஒரு கண்ணை இழந்திருந்தான்.
மற்றொருவனுக்கு கத்தி வெட்டு விழுந்த சமயத்தில் இடது கை
விடைபெற்றிருந்தது! பார்க்க உடல் பாகங்களில்
இழப்பெதுவுமில்லாமல் தென்பட்ட மூவருக்கும்
ஆளுக்கொரு வியாதி! ஒருவனுக்கு சுகர், ஒருவனுக்கு மூலம்,
ஒருவனுக்கு உயர்குருதி அழுத்தம்.

உயர்தர பல் மருத்துவமனையில் நுழைந்த பாட்ஷாவை
வரவேற்க ரிஷப்சனில் கூட யாருமில்லை!
பிஜிஎம் ஒலி நின்ற சமயம் அலைபேசி மணியடிக்க
எடுத்துக் காதில் வைத்த உயர்குருதி அழுத்தக்காரனுக்கு,
நக்மாவை நாய் கடித்து மருத்துவமனையில்
சேர்த்தியிருப்பதாக தகவல் கிட்ட
அதை ஸ்டாரிடம் சொல்லலாமா வேண்டாமா?
எனக்குழம்பி நின்றவனுக்கு படபடப்பு கூடிக்கொள்ள
மயங்கி விழுந்தான்!
பாட்ஷா திரும்பிக் கவனித்து
'எட்டு எட்டா வாழ்க்கையை பிரிச்சிக்கணும்'! என்றார்!

## ஊர்க்காட்சி

மொண்டிக் கருப்பனின் இரண்டாம் மகன்
நேற்றுத்தான் நாய்கடித்த வலது காலின் வலியோடு
குறுக்குச் சந்தில் நுங்கு வண்டி ஓட்டிப் போவான்!

தெல் ஆட்டத்துக்கான சிகரெட் அட்டைகளை தேடி
ரயில்வே தண்டவாளங்களில் திரிவார்கள் சிலர்.

ஊர் நாவிதனின் பையன் துண்டு சிகரெட்டுகள்
பொறுக்கித் திரிவான் ராத்திரிக்கி குடிக்க!

குறுக்குச் சந்தில் சளி சிந்தி சூத்தில்
தடவிப் போவாள் ஊர் வன்னாத்தி பாறைக்குத் துவைக்க!

பழங்கதை பேச ஆளில்லாமல்
மல்லாந்து கிடப்பார் தெங்குத் தாத்தா
கோவில் திண்ணையில்!

புதிதாய் வந்த பிச்சைக்காரியைத் துரத்தி
நாய்கள் சுற்றும் குரைத்தபடி!

காலதேவன் எதையோ கூற நினைத்து
கடைசியாய் சாவான் ஏதாவதொரு தெருவில்!
பார்த்து வந்த காற்றின் சிசு
வீட்டு முற்றத்தில் மூச்சுவிடும் பெருசாய்!

## நீ சௌக்கியமா ?

ஒரு நாள் சாவுகாசமாய்
உன்னோடு உட்கார்ந்து
பேச திட்டமிருக்கிறது என்னுள்.
சமயம்தான் வாய்க்கவில்லை.
ஊர் மாரியம்மன் திருவிழாவிற்க்கு
உனது ஊட்டுக்காரரோடு வந்து
சாமி கும்பிட்டு போனதாய்
சின்னமுத்து கூறினான்.

மேலும் அவன் கூறுகையில்
பழைய உனது தேஜஸ் இல்லையெனவும்
உனது ஊட்டுக்காரர் பொறத்தே
நீ ஒரு பெட்டிப்பாம்பு மாதிரிதான்
காட்சியளித்தாய் எனவும், வயிறு
புடைக்கவில்லை, தப்பட்டையாகத்தான்
இருந்ததெனவும் கூறினான்.

மழைக்குகூட பள்ளிக்கூடப்பக்கம்
ஒதுங்கியிராத எனது ஊட்டுக்காரி
எனது துடையிலிருக்கும் சாந்தி என்கிற
உனது பெயர் பற்றி எதுவும் கதைப்பதில்லை.
உனது ஊட்டுக்காரர் உனது
துடையிலிருக்கும் முருகசாமி என்கிற

எனது பெயர் பற்றி
உனையொன்றும் வினவவில்லையா ?

நமது காதல் ஒட்டங்காட்டிலிருக்கும்
கிலுவை மரத்தில் தூக்கு
போட்டுக் கொண்டதைப் பற்றி
அவரிடம் கதைத்தாயா?
எது எப்படியோ கண்மணி
நான், எனது ஊட்டுக்காரி, குழந்தை
அனைவரும் உத்தமம்!

## ஆசை

சென்னிமலைக்கு செல்லலாம் தான் தைப்பூச விழாவுக்கு!
சனமே முச்சூடும் அங்க தான் கிடக்கும்.
அஞ்சாப்பு படிச்சப்ப ஒருவாட்டி அங்க போயிருக்கேன்..
பெரிய தேரு தான்
ஜோடனை பண்டி சங்கிலில நாலு வீதியும்
முருகா முருகான்னு இழுத்தாங்க.
அப்பெல்லா எழவு மனசு கடை வீதியில
காரு பொம்மை வாங்கத்தான் தவிக்கும்.
நாலு காரை ஒம்போது வாட்டி தொட்டு வெலை கேட்டா
வக்காலி ஓடுடான்னு விரட்டிப் பிடறானுவொ!

ஒரு பிளைமூத் காரு ஓட்டி வாசல்ல நிப்பாட்டி
அதுலயே போயிச் சாவணும் - அன்னையில இருந்து
இன்னிவரை கருவிக்கிட்டு தான் இருக்கேன்
சாவு அதும் வரை லேசுப்பட்டு வராது.

சைக்கிள் கடைக்காரன் பொண்டாட்டி ஆசுபத்திரில
கெடகுற சாக்குல சென்னிமலை போயி
தரிசனம் பார்த்துட்டு வந்துட்டான்
வந்தவன் சும்மாவா வந்தான்? பையனுக்கு
தேரு கடையில ஏரோ கப்பலு, படையப்பா காரு, டுவாக்கி
எல்லாமே இருவது ரூவாய்க்கி வாங்கி வந்துட்டான்.

பாக்கறவனெல்லாம் கேக்கான்
சென்னிமலை வரலியான்னு!
வெறுங்குண்டி அம்மணம் போட்டுக்கடி சம்மணம்னு
நானே கெடக்கேன்... எரியுற சூத்துல
சுக்கெ வெச்சு ஊதீட்டு போறானுக!
போங்கடா! 25 வருசமா வராத தேருக்கு
நானும் இன்னம் ரெண்டு வருஷங்கழிச்சி வர்றேன்.
பையன் பொறந்திருக்கான்ல அவுனுக்கு
ஒரு ப்ளைமூத்து காரு வாங்கிக் குடுக்க வருவன்ல
அன்னிக்கி சென்னிமலை ரெண்டு தான் போங்கடா!

# ங்ஙா!

மூஞ்சி பூரா எச்சி
முத்தமாக் குடுக்காளுவொ
கன்னமெல்லாம் எரிச்ச
வர்றவ போறவொ
அல்லாரும் கிள்ளி கிள்ளி
வெக்கிறாளுவொ.
தண்ணி வாத்துட ஏக
களேபாரம் பண்றாளுவொ.
கண்ணெல்லாம் எரிச்ச
திரிஷ்டி பொகை
சுத்துறா ஆயா
கண்ணு பட்டுக்குமாம்.
நளங்கிக்குவேன்னு வேற
கையில, கழுத்துலெல்லாம்
மந்திரம் தந்திரம்..
கிள்ளாதீங்கடி ங்ஙாஆ!

## கரிசனம்

–எம்பட ஊட்டுக்காரரு வந்திருந்தாப்லையாமா
செவ்வா சந்தைக்கி? ஏம் பொன்னாயா நீ பாத்தியா?

–போளே உனக்கு வேலப் பொழப்பு இல்லீன்னா!

–தேங்கண்ணாயா நீ பாத்தியா?
ஆளு எளச்சு கிளச்சு போனாப்லையோ என்னுமோ
இங்கிருந்தாப்ல வேளா வேளைக்கி
கம்மம்புளுதண்ணியாச்சிம் குடிச்சுட்டு
வவுறை முட்டி மாதிரி வெச்சிருப்பாப்ல.. நீ பாத்தியா?

–உம் புருசன நாம் பாக்குல ஆயோவ்..
எவனெவனோ வருவாம் போவான் இந்த
பொட்டக்கண்ணுக்கு தெரியுதா ஒரு எழவா?

–தேஞ் சின்னாயா நீயாச்சிம் பார்த்தியா?
சந்தைக்கி ஆடுகீது விக்க பத்தீட்டு வந்தாப்லையோ என்னுமோ?
நம்மூரு முண்டைக கண்ணுக்கு தெரியாமப் போயிட்டாரு!

–ஏளே, கொளுப்பெடுத்த கெழவி, ஆரைடி முண்டைங்கிறே?
உம் பிருசன் உன்னை உட்டுட்டு அந்த வித்தாரகள்ளிய
இழுத்துட்டு ஓடி வருசம் பதனஞ்சாச்சு.. நீ தாண்டி முண்டெ!

–அட நாசமாப் போனவியளே.. நானு என்னளே
இப்ப கேட்டுப் போட்டேன்? வாடா சின்னராசு
நீயாச்சிம் எம்புருசன சந்தையில பாத்தியாடா?

-ஆமாமாயோவ்! சும்மா வெள்ளையுஞ் சொள்ளையுமா
மீசைய முறுக்கீட்டு ஆடு கொண்டாந்தாப்ல..
கையில [illegible] மின்னுச்சு
ஒரு ஆட்டை ஆனை வெல சொல்லீட்டிருந்தாப்ல.

-ஆமாமா, அந்தச் சிறுக்கி நல்லா சொகம் குடுப்பா..
டிப்பு டாப்பாத்தான் இருப்பாப்ல.. ஆமா
என்னெயப் பத்தி எதனாச்சீம் கேட்டாப்லயா?

-இல்லியே ஆயா!

-அந்த நாரமுண்டைக்கி பொறந்தபய
என்னையப் பத்தி கேக்க மாட்டான்.. நாசமாப் போவான்!
ஆத்தா மாவளியாத்தா.. அவன் நாளெப்
பொழுதுக்குள்ள செத்துப் போவணுமாத்தா..
அந்த நல்ல சேதி காதுல உழணுமாத்தா!

## அர்த்த ஜாமம்

**சா**ராய நெடியுடன் தன்னைப் புணர வந்த
புருசங்காரனை ஏமாற்ற வீட்டிலிருந்து
தெருவிற்குள் இறங்கினாள் சமுசாரி.
வீட்டினுள் தேடிச் சலித்து
மூலையில் தூங்கும் பத்து வயது மகனின்
புட்டத்தில் கெட்ட வார்த்தை துப்பி
மிதித்து விட்டு இவனும்
தெருவிற்குள் நுழைவான்.
மூலக்கடை சந்துப்படலில் ஒளிந்து
நின்ற சமுசாரி புருஷன் தலை
மறைந்ததும் திரும்புவாள் வீட்டுக்கு!
காலையில் பார்த்த பிச்சைக்காரியை
பஸ் ஸ்டாண்டில் விரட்டித் திரிவான்
சமுசாரியின் புருஷங்காரன் விடியும் வரை!

## அப்பத்தாளின் கனவு

சூரியன் மறைந்தால் போதும்
அப்பத்தா பழங்கதவைச்
சாத்திக் கொள்வாள்.
மறக்காமல் திண்ணையில்
பேரனுக்கு பாயும் விரித்திடுவாள்.
ஊர் பொறுக்கப் போன நாய்
நடுச்சாமம் தான்
வாயிற்படி சாக்குக்கு வரும்.
சாத்தப்பட்ட கதவு துவாரத்தில்
அப்பத்தாளின் குறட்டை வெளிக்கிளம்பும்.
வீட்டினுள் எரிந்த சிம்னி விளக்கு
எண்ணெயில்லாமல் அவியும்.
தூக்கத்தில் குருட்டு அப்பத்தா
தம் பேரப்பிள்ளைகளை
திருவிழா பார்க்க கூட்டிப் போவதாய்
கனவு கண்டு மகிழ்வாள்.
செத்துப் போன அப்பாரு
தன் கால் மீது கால் போட்டதாய்
கனவு கண்டு, தள்ளிப் படுய்யா!
என்பாள் வாய் விட்டு.
தூக்கமும் கலைந்தெழுந்து
வெட்கத்தில் பொக்கைச் சிரிப்பு
சிரிப்பாள் நடுச் சாமத்தில்!
திண்ணையில் பாய் காத்திருக்கும்
தன் மேல் விழும் உடலுக்காய்!

## நண்டு கொழுத்தா வங்குல தங்குமா?

த்தேனாயா.. ஆரது கல்லுக்கட்டு மேல
குந்தியிருக்கிறது? இந்த பஞ்சாயத்து
டிவிப் பொட்டியெ
யாராச்சிம் வெவரம் தெரிஞ்சவிக
சித்த போட்டு உடுங்களேன்.

செயலலிதாம்மா எங்கள மாதிரி
ஏழெ பாழைகளுக்கு இலவசமா
அரிசி குடுக்காங்களாம்.

நிவிஸ் கேப்பம், நிவிஸ் முடிஞ்சா
ஏழு மணிக்கி அருமையான
நாடவம் ஒன்னு இருக்கும்.

தெனமும் இந்த நேரத்துல
பொட்டி படிச்சுட்டு தான இருக்கும்
இந்த நெம்பரு பயல் பூட்டீட்டு
சாவியக்கீது கொண்டுட்டு போயிட்டானா?

இந்த வாரமே பந்தாடறாங்கன்னு
பசக பூராவும் ஓய் ஓய்னு
கத்திட்டு கெடந்தானுக!
ஒரு பயலைக் காணம்!

இன்னிக்கி பந்தாட்டம் இல்லியாட்ட
இருக்குது அப்புனு! -அப்பிடியே
இருந்தாலும் டிவி ரூமை சாத்திட்டு
உக்கோந்துடறானுவொ! -கேட்டா
உனக்கு இதுல உன்னும் தெரியாது
ஊட்டுல போயிக் கெட கெழவின்றானுக..

தெரியுமடா உங்க பூலவாக்கு
கதவெச் சாத்தி வெச்சுட்டு
அம்மணப் பொச்சு படம் பாப்பீங்க..

வெளங்கவாடா போறீங்க..
சும்மாவா சொன்னாங்க..
நண்டு கொழுத்தா வங்குல இருக்காதுன்னு!

# பூலவாக்குக்காரன்

**வா**க்கப்பட்டு வந்து
இம்புட்டு நாளா
ஒரு கருமம் புடிச்ச எழவையும்
காங்காமெ கேக்காமெ இருந்துட்டனே
இந்த மனுசன் பர்லாங் கல்லுமேல
பாவாடெ கெடந்தாக்கூட தூக்கி
பார்த்துட்டு தா மறு சோலி பாப்பவன்னு..
வெசாரிச்சு பார்த்த எம் மாமன்மாருக
அண்ணம்மாருகளுக்கே தெரியாமப் போயிடுச்சே!
ஊருக்குள்ள எந்தப்பய புள்ளீவளப் பாத்தாலும்
எஞ்சாமி எஞ்சாமீன்னு இந்தாளு
கொஞ்சி கொஞ்சி முத்தமுட்டப்பக்கூட
கொழந்தெ ஆசையிலதா இப்புடி ஏக்கம்
புடிச்சுக் கெடக்கான்னு நெனச்சனே..
இந்த மனுசனுக்கு ஒரு புழுபூச்சியாச்சிம்
பெத்துக் குடுக்க வக்கில்லாம ஊரு ஒலவத்துல
இல்லாத சாமியெல்லாம் வேண்டீட்டு
மரங்கண்டா தொட்டலு கட்டி வுட்டுட்டு
சுத்தீட்டு திரியறனே.. அடப்பாவி மன்சா
அல்லாக் கொழந்தைகளும் உம்பட சாடையிலேயே
இருக்கா மாதிரி இப்ப எங்கண்ணுக்கு தெரியுதே!
எம்மேல குத்தஞ் சொல்லாதே சொல்லாதேன்றியே
என்னெ மொத ராத்திரியிலெ
அந்தப் பெறட்டு பெறட்டுனுயே
அப்பவே தெரிஞ்சு போச்சு உம்பட பூலவாக்கு!
ஓஹோ.. குத்தஞ் சொன்னா சத்தியவான் மாதிரி
நீ நடிக்கியா? கொதிக்கிற எண்ணெச்சட்டியிலெ
கையை உடறேங்கிறியா? நீ மொறைச்சுப் பாத்தா

பச்செ வாழைமரம் பத்தீட்டு எரியுங்கறியா?
உட்றா பாப்பம்.. எரியுடா பாப்பம்..
ஐயோ இந்த மனுசன் எம்பட தங்கச்சிகாரிகிட்டே
சாமானெ நீட்டிட்டு போன பொறவுதானே
இப்பேருப்பட்ட பூலவாக்குக்காரன்றது தெரியுது.
வா, இன்னிக்கி ஊட்டுக்கு
கொட்டிக்கிறதுக்கு வருவே தானே..
நொரை வர உம் மூஞ்சியில வெச்சித் தேச்சிப்புடறேன் தேச்சி!

## வசீகரா

உனது ஆசைகளுக்கும்
உனது கனவுகளுக்கும்
வெகுதூரம் தள்ளி நிற்பவன் நான்.
ஒரு ரோஜாக் கோலத்தை
உன் வாசலில் பதியமிட்டு
அதையுன் மனதால் பார்த்து
காலைப் பொழுதில் திருப்தியுறுவாய்!
உனது கள்ளக் காதலனுடன்
மதியத் தூக்கக் கனவில்
சில்மிஷம் கூடப் புரியலாம் அல்லது
கே.டிவியில் கிளாசிக் மேட்னி
கண்டுகூட குதூகலமடையலாம்.
மாலையில் உன் புஷ்டியான பூனையை
முகத்துக்கருகில் பிடித்து
கொஞ்சிக் கொஞ்சி அலைகள் ஆட்டி
மொட்டை மாடியில் காற்று வாங்கலாம்.
பாத்ரூமில் 'வசீகரா' பாடிக் கொண்டே
ஹமாம் நறுமணத்தில்
பொழுதைப் போக்கலாம்.
உன்னைப் புணரப் போகும்
எஞ்சினியர் மாப்பிள்ளைக்கு
காபி, பஜ்ஜி கொடுத்து மகிழ்வுறலாம்.
உன் வீட்டெதிரில் இருக்கும்
வொர்க்ஷாப்பில் இரும்பு
தட்டிக் கொண்டிருக்கும் நான்
இந்த மதிய ஓய்வு நேரத்தில்
உன்னைப்பற்றி இப்படித்தான்
யோசித்துக் கிடக்கிறேன்
கால்மேல் கால் போட்டு படுத்தபடி
சற்று வலது காலை ஆட்டிக் கொண்டே!

# நண்பர்

நீங்கள் ஒரு அழகான ராமச்சந்திரனை
வளர்க்கிறீர்கள்! –நீங்கள் போகுமிடமெல்லாம்
ராமச்சந்திரன் கூடவே வருகிறது!
நீங்கள் நொறுக்குத் தீனி தின்பதில்
அலாதியானவர். ராமச்சந்திரனுக்கும் அதில்
பங்கு கொடுக்கிறீர்கள்! –ராமச்சந்திரன் உங்கள்
நண்பர்கள் முன்னிலையில் உங்களுக்கு
ஷேக்ஹேண்ட் கொடுக்கிறது! உங்கள் மகிழ்வில்
ராமச்சந்திரனை அணைத்து முத்தமிடுகிறீர்கள்!
ஒருநாள் விளையாட்டுப் போக்கில் லட்சுமியோடு
ஊர்சுற்றி வந்த ராமச்சந்திரனின் விதையை
ஆப்ரேசன் செய்து விடுகிறீர்கள்! –அப்போது
நீங்கள் பேசிய வசனம் உங்களுக்கே
அசிங்கமாய்ப் படுகிறது! –பின் உங்களை
கோபித்துக் கொண்டு ஓடிப்போன ராமச்சந்திரனை
மாதம் முழுக்க தேடுகிறீர்கள் தெரு முச்சூடும்!

## கோடாங்கி

இப்ப எப்படி போறது அதுக்கு?
மழை வேற லேசா தூறுமாட்ட இருக்கு.
திடீருன்னு நெனப்பு வந்தா
இதுக்கு வேற தனி கொண்டாட்டம்
எப்பிடியும் ஏற்பாடு பண்ணிடுவானுட்டு.
நேரங் காலம்னு ஒன்னு இருக்கில்ல
சாமத்துல ஒரு எசவும் இல்லாம போயி?
செருப்பெ வேற தொட்டுட்டு போ முடியாது
ஊர்ல ஊட்டூட்டுக்கு நாயி வளத்துறாளுக.
எவன் இந்நேரத்துல காலை வெச்சிருவாம்
பாத்துடலாம்னு காத்துக் கெடக்கும்கள்.
இவொ ஊடு வேற ஊருக்கு நடுவுக்காண்ட.
அட ஓரமா இருந்தாக்கூட இப்பிடி
இட்டேறி வழியா போயி
மாட்டீட்டு வந்துடலம்.
எலக்சன் முடிஞ்சாப்டியிருந்து
வீதி லைட்டுக பளிச்சுனு எரியுதுக.
அப்பிடி இப்படின்னு அவ ஊடு போயி
சேர்ந்தா திக்குத் திக்குனு கதவத் தட்டணும்.
பக்கத்து ஊட்டுக்காரனுக்கு
காதுல உழுவாத மாதிரி.
மயிரு மவ உடனேவா எந்திரிப்பா?
காலப் பறத்தீட்டு நரம்புக் கட்டல்ல
சூத்துல காத்து போறது தெரியாம கெடப்பா.
அவ தெளிஞ்சி வந்து கதவெ தெறந்தாத்தான்

உசிரு வரும் பயபுள்ளைக்கி!
சாயந்தரமே சொலியிருக்கலாம்ல
கதவைத் தாழ் போடாம இருந்திருப்பேன்ல
இன்னேரத்துல எதுக்கு வந்தே?
இன்னிக்கி தா ரெண்டாவது நாளும்பா!
சரிதாங் கிழிஞ்சி போச்சி
வெசாழன் வாறேன் சாத்தாமக் கெடன்னு
சொல்லி வரணும். தேவையாடா பயலே!

## திரைக்காட்சிகளை முன் வைத்து

இந்தத் தொடர் நாடகங்களிலெல்லாம்
தினமும் இழவு விழுந்து விடுகிறது.
தினமும் பிணம் பார்த்து
நடிகைகள் அழுகிறார்கள்.
தோளில் துண்டு போட்டு
இறந்து போன நடிகர்களின்
உறவினர்களைப் பார்த்து
ஆறுதல் சொல்லி வரவும்,
ஆகாத கேரக்டர்களை கொன்றுவிடும்
கதாசிரியர்களின் வீட்டுப் படியேறி
பேனாக் கத்தியால் கொன்றுவிட்டு
வரவும், தினமும் தான் நினைக்கிறேன்.
எந்தப் பெண்ணிடம் கேட்டாலும்
அப்பா லண்டனில் இருக்கிறார் என்கிறாள்.
இதைத்தான் நான் குட்டிப்பாப்பாவாக
இருந்ததிலிருந்து அம்மா சொல்லி வருகிறாள்
என்கிறாள். -கடைசியாக
புரசைவாக்கம் ராமசாமி  தன் அம்மாவை
டொக்கு போட்டு பிறந்தவள்
தான் தானென்பதை புரிந்தவள்
தன் காதலனோடு
அப்பாவின் காலில் விழுந்து ஆசிபெற்று
நம்மையும் வீட்டுக்கு அனுப்புகிறார்கள்.
வழக்கமாக அகன்ற திரைப்படங்கள்
இங்கே சுபமாக, இந்தக் கவிதையும்
பாடை ஏறுகிறது சுடுகாடு செல்ல.

## கதை கேளுங்க

கும்புடுறேனுங்!
எங்கப்பன் காத்தவராயனுக்கு
அஞ்சு பொண்டு புள்ளைக!
ஆறாவதாத் தானுங்க நானு.

தெனம் நூறு பனைமரம் ஏறி
தெளுவு எறக்குவானுங்களாமா எங்கப்பன்.
ஆளப்பாத்தா விபிஆர் பீடி
கணக்காத்தான் இருப்பானுங்களாமா!

அடிமரத்துல ஒரு பீடியை பத்த வச்சு
ரெண்டு இழுப்பு இழுத்துட்டு
காதுல சொறுவீட்டு அட்டப்பூச்சி கணக்கா
ஒட்டீட்டு மேலேறுவானுங்களாமா.
காதுல சொறுவுன பீடிய பாதி
மரத்துல போயி நின்னு மறுபடி
பத்த வெச்சு ரெண்டு இழுப்பு போட்டுட்டு
மறுபடியு அணைச்சு காதுல சொறுவீட்டு
ஏறுவானுங்களாமா! -கொப்பத்துல போயி
ரெண்டு இழுப்பு, பீடிய சுண்டி வுட்டுட்டு
பாளை சீவி உடுவானுங்களாமா!

தெனமும் பொழுதானா ஒரு மரத்து
கள்ளு போட்டு எறக்கி வவுறுமுட்ட
குடிச்சுக்குவானுங்களாமா!

பையன் வோணுமடி பையன் வோணுமடின்னு
ஆத்தாள சங்கெடுத்துப் போட்டானுங்களாமா.

பொழுதுக்கும் மரம் ஏறுறானே
இந்த ஒரு சுகத்தையாச்சிம்
குடுப்பமின்னு ஆத்தா அகல விரிச்சி
படுத்துக்குவாளாமா. - எந்த
சாணாப்பயலாவது மரமேறி வுழுந்து
மரத்தடியிலெ செத்திருப்பாங்களா?

சாவமாட்டாங்க. இடுப்பே ஒடஞ்சி
போனாலும் ஊடு தூக்கியாந்து
கட்டல்ல போட்டாலும் ஆறுமாசம்
கெடையில கெடந்து தான் சாவாங்களாமா.

எங்கப்பன் சூளக்காத்துல சிக்கி உழுந்து
ஆறுமாசம் கெடையில கெடந்துதான்
போயிச் சேர்ந்தானுங்களாமா!

எங்கக்காகாரிக காட்டுல களை பறிச்சுட்டு
கடலக்கா பொறிச்சுட்டு, தட்டறுத்துட்டு
சந்தெக்கடையில ரப்பரு வளையலு வாங்கி
மாட்டீட்டு வாரமானா ஒரு பக்கா பொரிய
வாங்கி அதக்கீட்டு திரியறாளுக!

எங்காயாகாரி மூலையில படுத்து
மூனு வருசமாச்சு! மோழ்றதும் பேழ்றதும்
தான் அவ வேலை. - நானு என்னத்தெ
புடுங்கி கத்தை கட்டுறேன்னு கேக்கீங்களா?
குலத்தொழிலை உட முடியாதுங்க.

அக்காகாரிகளுக்கு இன்னம்
கலியாணம் இல்ல.

பெரியக்காவுக்கு தை பொறந்தா
வயசு முப்பத்தி அஞ்சு.
வருசம் ஒன்னு பெத்துப் போட்டுட்டு
காத்தவராயன் போயிட்டான்.

அவனுக்கு கலியாணம் ஆகுறப்ப
வயசு பதினெட்டாம். ஆயாவுக்கு
வயசு பதினஞ்சாம். எங்க போயி நாய்ஞ் சொல்ல?
எவனும் சொந்த பந்தத்துல
பொண்ணு வேணுமின்னு
வாசப்படி மெதிக்கிறதில்லெ. -இவளுவளும்
அதப்பத்தி ஒன்னும் தெரியாத மாதிரி
சிங்காரிச்சுட்டு திரியறாளுக.

அட ஒரு மாதாரி கூடவா
இவுளுவோளுக்கு அம்புடலெ?
கூட்டிட்டு வர? கூட்டீட்டு ஓட?

ஆக ஒன்னுங்க, பாதிப் பனைமரத்துல
நின்னுட்டு சொல்றேனுங்க
எனக்குன்னு எவளாச்சிம் வர்றப்ப
எம்பட சமாச்சாரம் கதைக்காகாதுங்க!

## நிச்சயிக்கப்படாத சங்கடங்கள்

இந்தப் புள்ளைக்கி எப்பத்தாங்
கலியாணமுன்னு ஒன்னு நடக்கும்?
எவம் பொண்ணு பாக்க வந்தாலும்
நொட்டெ சொல்லிட்டே இருக்காளாம்.
தலெ சொட்டெ, ஆளு கறுப்பு,
பொச்சு கோணையின்னு!
இவ இருக்குற லட்சணத்துக்கு
அசித்குமாரா வந்து பொண்ணு
வேணுமுன்னு கேட்டுட்டு நிப்பான்?
எல்லாப் பொருத்தமும் சேர்ந்தாலும்
வசியப் பொருத்தமும் வேணுமாம்.
அப்பத்தான் சாமமானா தெனமும்
டொக்குப் போட்டுக்குவாங்கன்னு இவொ
ஆத்தாகாரி வேற நடுவுல குசும்பு உடறா!
நூத்துல ஒன்னுக்குத்தாண்டி
வசியம் பொருந்தும்.
புள்ளைக்கி செவ்வா வேற ஏழுல
உக்காந்திருக்கு. எவனையாச்சிம்
இழுத்துட்டு ஓடக்கூட துப்பில்லாயான்னு
அப்பங்காரன் அதட்டுறான்.
நாளும் வயசும் போயிட்டேயிருக்குது
கடவுளு இவளுக்கு ஓட்டையப்
படைச்சானா இல்லியான்னே தெரியலன்னு
பக்கத்தூட்டுக்காரன் சாடை பேசுறான்.

புள்ள டொக்கு ஆசையில இளைச்சு
துக்கிளியூண்டா போயிடுவாங்கான் அண்ணங்காரன்.
கழுதெ வழியுட்டா தான நம்ப ரூட்டு
கிளியராவுமின்னு அவங்கவலெ அவனுக்கு.
எந்தக் கவலையுமில்லாம வயசு முப்பதை
முழுங்கீட்டு க்ரைம் நாவல் படிச்சுட்டு
குப்புறக் கெடக்கா பாரு கட்டல்ல
கெழட்டுக் கொமுறி!

# 1/2 பியருக்கு வந்த மப்பு

ஆரியர்கள் கைபர் கணவாய் வழியாக
இந்தியாவிற்குள் நுழைந்து சட்டியையும்
பானையையும் கண்டு பிடித்தான்கள்.
சாலம கிராண்டி பார்ன் ஆன் மண்டே.
காடு வா கமான்குது
வீடு போ கோ அவேங்குது.
டப்பா டப்பா வீரப்பா எப்படா மேரியேஜ்?
எம்ஜியார் சண்டெ பானுமதி கொண்டெ
கொண்டையில் என்ன பூ?
பொடக்காலில பூனை சிரிக்குது.
சாந்தி தான் படுக்க மாண்டீங்கறா!
சாந்தா ஷாராஜ் உன்னை விசாரிச்சான்..
ஹவ்வாய் வொண்டர் வாட் யூ ஆர்?
ஜீஸசுக்கு நமஸ்ஹாரம்.
முடிவா என்ன சொல்றே எஸ்தரு?
தெரியுமா சேதி கருப்பராயனுக்கு எங்கூர்ல கெடா!
அன்புள்ள அல்லி
அரிப்பைத் தீர்க்க வாயேன்!
நக்குற மாட்டுக்கு தெரியும் செக்குல ஜிலேபின்னு!
கந்தசாமிப்பிள்ளை புதுமைப்பித்தனை கேட்டுட்டு வந்தான்.
அதிகமில்லே ஜெண்டில்மேன்
ஒரு துளி.
காம்ப்ளான் தாய்மார்களே எந்திரிங்க!
எல்லாம் சாந்தும்மாக்கு தெரியும்
அடியேன் பத்து மாத்து தங்கமுன்னு!
சரஸா மப்புல போனா பாத்தியா?
ஒன்னாம் திருப்படி சரணம் பொன் சாந்தா!
ரெண்டாம் மூனாம் நாலாம் திருப்படி
சரணம் பொன் சாந்தா!

## ஜம்பம்

–ஏம் மாப்ளெ.. என்ன தாஞ்
சொல்றாங்க வழுவுக்குள்ள?
எங்காத்தா வேற மோளம்
அடிக்காம எம்பொணத்தெ
ஊட்டாண்ட இருந்து
தூக்கப்புடாதுன்னு வேற
சொல்லிட்டேயிருந்தா..

–மாமோவ்! அவுனுக இப்ப
எங்கீம் மோளம் அடிக்கவே
போவறதில்லியாமா.. எதோ
இயக்கத்துல இருக்கானுவளாமா..
மோளத்தை வேணா தர்றோம்
நீங்களே அடிச்சுக்கோங்கன்னு
சொல்லிப்புட்டானுவ.

–வாங்கீட்டு வந்து நீயே
ரெண்டு தட்டு தட்டீருக்களாமே மாப்ள!
ஆத்தா மனசும் குளுந்து போயிருக்கும்ல!
–போயி அவுனுவ பொடணில நாலு
தட்டு இட்டாற முடியாம..
ஏம் மாமா லொள்ளே பேசிட்டிருக்கீங்க?

–கோச்சுக்காதே மாப்ளே! சரிவுடு
ஆவுற காரியத்தெ பாப்பம்!
ஜம்பம் சலசலங்குது
மொல்லை மொலு மொலுங்குது!

# குறிப்பு

வேப்பை உச்சியில் தவிட்டுக் குருவி
ஒன்று எதற்க்கோ கத்தியதற்கு
நீதான் கூறினாய் அம்மணி..
அதற்குத்தான் கத்துகிறது என!
உன் காமத்தைக் கூறுவதில் கூட
உன் வெளிப்பாட்டு உத்தி உத்தமம் !

# கவிநி கமலாவின் அந்தரங்கப்பா 1.

வெட்கமாக இருப்பதாக சில சமயமும்
கூச்சமாக இருப்பதாக சில சமயமும்
யாராவது கண்டு விட்டால்
மானக்கேடகிப் போய் விடுமே
என்ற பயத்தோடும்
உன்னுடனான அந்த திருட்டு
உறவுக்கு ஏங்கி சில பல
வேளைகளில் டார்ச் கூட இல்லாமல்
அது அம்மாவாசையாக இருப்பினும்
நீ புணர அழைக்கும் இடமெல்லாம்
அது சுடுகாடாய் இருப்பினும் கூட
மனம் பதற நடுச்சாம வேளையிலும்
இதயம் தடதடக்க உன் சிகரெட் கங்கு
எங்காவது தென்படுகிறதா
எனக்கூர்ந்து பார்த்து வருகையில்
என்னுள் எரியும் காமத்தீ
எனைக் கண்டதும் பரபரத்து நீ
கட்டி அணைத்து என் உதடு சுவைகையில்
நான் இன்றோடு நாசமாய்ப் போனால்
தான் என்ன என்று தோன்றுகிறது.
சீக்கிரம் ஆகட்டும் என் பின்னால்
யாரோ வந்தது மாதிரி உணர்ந்தேன் என்றதும்
உன்குறி ஒரு விடலைப் பையனுக்கு
உள்ளது போல் ஆகிவிட்டது. ம்
மேற்கொண்டும் அது
அப்படியே இருக்கவே என்
காமத்தீ நொந்து சாம்பலானது போன
வாரம் செவ்வாய் அன்று!

## அந்தரங்கப்பா 2.

ஒலிநாடா ஓடிக் கொண்டிருக்கிறது.
கட்டிப்புடி கட்டிப்புடிடா கண்ணாளா..
காமிரா இயங்கிக் கொண்டிருந்தது.
என் மேல் புறண்டு கொண்டிருந்தவன்
வெறும் ஜட்டி மட்டுமே அணிந்திருந்தான்.
என் உதடுகளை தின்று விடுவது போல
குவித்துப் பிடித்து மென்றான்.
அவன் விரல்கள் என் உடலை
வீணையைப் போல் மீட்டிக் கொண்டிருந்தன!
உதடுகளை விட்டு விட்டு கொங்கைகள்
மீது முகத்தை அழுந்தத் தேய்த்தான்.
எனக்கு சிரிப்பாணி வந்தது.
கேமராவை இயக்குபவன்
சிரிக்கப்புடாது என்று கட்டளையிட்டான்.
காசு கொடுப்பவன்.
சிரிப்பை நிப்பாட்டிக் கொண்டேன்.
கண்களை சொருவனாப்ல வெச்சிக்கிட்டு
உதட்டைக் கடிச்சு
பெருமூச்சி விடடி, என்றான். செய்தேன்.
காசு கொடுப்பவன்.
சொன்னால் செய்ய வேண்டும்.

## அந்தரங்கப்பா 3.

**நா**ன் இந்த பேருந்து நிறுத்தத்தில்
கொஞ்சம் சிந்தால் பூசிக் கொண்டும்
மண்டைக் கொண்டையில் மல்லிகை
மொழம் பத்து ரூவாய்க்கி வாங்கிச் சுற்றி,
இளநீல வர்ணத்தில் சுடிதார் அணிந்து
கையில் நீல வர்ண பை ஒன்று பிடித்தபடி
எந்த பேருந்துக்காகவும் காத்து
நின்றிருக்கவில்லை ஐயா!
உங்களில் யாரேனும் காசு பணம்
வைத்திருப்பவரெனில் உங்களின்
ஆண்குறி சதா விடைத்துக் கொண்டே
இருக்குமெனில் எனை இந்த இரவு நீங்கள்
பயன்படுத்திக் கொள்ளலாம்.
ஐயா எனது மேல் உள்ளாடைக்குள்
இருக்கும் கைப்பேசி அழைக்கிறது.
ஐயா! ஆமாம் கமலாதான்!
அந்த விடுதியிலா இருக்கிறீர்கள்?
2000 என்றா அவர் சொன்னார்?
இல்லை ஐயா, கட்டுபடி ஆகாது!
அன்று நான்கு பேர் மட்டுமே இருந்தார்கள் அறையில்
மேலே 500 சேர்த்து போட்டுக் கொடுங்கள்!
எல்லாம் கட்டுபடியாகும் ஐயா!
அறை எண் 118ஆ! பாட்டில்கள் மிச்சம்
வைத்திருங்கள். ஓ! எனது பையில் கவச
உறைகள் 20 இருக்கின்றன போதும் தானே!
வந்து விடுகிறேன், நன்றி ஐயா!
ஐயா, உங்களில் யாரேனும் காசுபணம்
வைத்திருப்பவரெனில்.. எனது சவரம்
செய்யப்பட்ட யோனியை நாளையோ
நாளை மறுநாளோ பயன்படுத்திக் கொள்ளுங்கள்!
ஏய் ஆட்டோ!

## அந்தரங்கப்பா 4.

1. மழையில்லா நாள் ஒன்றின்
அதிகாலையில் புடைத்த
காளான் போல
மே 15 மதிய வேளையொன்றில்
உன் உறுப்பு புடைப்பதை
எனது விரல்களில் உணர்ந்தேன்.
உறங்குவது போல் நடிக்கும்
உன்னை எழுப்ப முடியாது
என்று தான் உன் குறியை
எழுப்பினேன். ரமேஷ் நீ கள்ளன்.
ஆனால் உன்னை விட நான் கள்ளி.

2. தெருவில் நானும் எனது அம்மா
என அறியப்பட்டவளும் நடந்து
கொண்டிருந்தோம். - அவளது கையில்
காய்கறிக்கூடை நிரம்பியிருந்தது.
நான் எனது கைப்பையை மட்டும்
தோளில் போட்டிருந்தேன்.
அதனுள் ஆணுறைகள் சில கிடக்கின்றன.
-மகளே நீ உனது உள்ளாடைகளை
அணிந்திருக்கிறாயா?
-அவைகளை ரமேஷ் வெறுக்கிறான்
-என்னமோ முனகுகிறாயே மகளே!
-ஒன்றுமில்லையம்மா!

3. தூரப்பிரயாணம் ஒன்றை நானும்

ரமேஷும் மேற்கொண்டிருந்தோம்
ஒரு சொகுசுப் பேருந்தில்.
எனக்கு மூத்திரம் பெய்தாக
வேண்டிய அவசரம்! - மெதுவாக
ரமேஷிடம் மூத்திரம்டா! என்றேன்.
மிட்டாய் ஒன்றை எடுத்து நீட்டி
சப்பிக் கொண்டு வா! என்றான்.
எனக்கு ஆத்திரம் வந்தது.

4. நான் சொர்க்கத்தில் இருந்தேன்.
ரமேஷ் என்னை
பிசைந்து கொண்டிருந்த போது!

# அந்தரங்கப்பா 5.

**நா**னிருக்கும் தெரு
அழகானதும் அமைதியானதுமாகும்.
இந்தத் தெருவில்
வாகனங்களின் இரைச்சலில்லை.
இந்தத் தெருவின் ஓரத்தில் நின்றிருக்கும்
வேப்பைகளில் மாலையில் தங்குவதற்காக
நகர்ப்புறத்திலிருந்து பலவகையான
பறவைகள் வருகின்றன.
நானிருக்கும் வீடும்
அழகானதும் அமைதியானதுமாகும்.
பகல் பொழுது முழுதும்
இந்த ஜன்னல் கம்பி வழியே
எப்போதேனும் சாலையில் கடந்து போகும்
நாய்களையும், சில டினோசர்களையும்
வெறித்துப் பார்த்தமர்ந்திருக்கிறேன்.
இரவுப் போதில் நகர்ப்புறத்திலிருந்து
என்னைப் புணர்ந்து போவதற்கென்றே
ஒரு டினோசர் வந்து போய்க் கொண்டிருக்கிறது.
நேசத்திற்குரியதை சேர்த்துக் கொண்டதாகவோ
அல்லது வைத்துக் கொண்டிருப்பதாகவோ
அது நகரில் கத்திக் கொண்டிருக்கலாம்.
எனது அத்யாவசிய அன்றாடத் தேவைகளை
அந்த டைனோசர் தீர்த்து விடுகிறதென்பதால்
அதற்கொரு குட்டி டைனோசரை
என் யோனி வழி வெளித்தள்ளும்
நாள் எந்நாளோ? என்றால்
எனக்கெதற்கு வேறு? நீயே என் செல்ல
குட்டி டைனோசர் என்கிறது அது!
டைனோசர்களுக்கு மூளை வேலை
செய்வதில்லை என்று யார் சொன்னது?

## அந்தரங்கப்பா 6.

அவனை நான் இப்படியான
ஒரு இடத்தில் சந்திப்பேனென
கனவில் நினைத்திருந்தேனோ?
நான் பார்க்கையில் தன்
சிகையிலுள்ள பேன்களை பிடிங்கி
நசுக்கித் தின்று முடித்து விட்டு
கைமதுனம் செய்யத் துவங்கியிருந்தான்.
அரவம் கேட்டு நிமிர்ந்தவன்
தெரிந்தோ தெரியாமலோ
என் முகத்தின் மீது
விந்துத் துளிகளை பீய்ச்சி விட்டான்.
என்னை யாரோவென எண்ணியவன்
'ஐ ஆம் சாரி' உச்சரித்து விட்டு
வேறிடம் தேடிச் சென்று கொண்டிருந்தான்.
ஆண் குறியின் வடிவங்கள் பற்றியான
யோசிப்பில் நான் எனது முலைகளை
தடவிய வண்ணம் நின்றிருந்தேன்.
பல்லி வால் அறுந்து மண்ணில்
துடிப்பது போல் தான் இந்த வாழ்வு.

# அந்தரங்கப்பா 7.

பத்து நிமிட சுகத்திற்காக
பத்து மைல் தூரம் என்னை
ஹீரோ ஹோண்டாவின்
பின்னிருக்கையில் அமர வைத்து
அழைத்து வந்திருந்தான்.
ஒதுக்குப் புறத்தில் ஆள் அரவம்
குறைந்த பகுதியில் பத்துக்கு பத்து
அளவிலான வீட்டில் பூட்டை
நீக்கி உள் நுழைந்தோம்.
உள்ளே ஒரு பாயும் தலையணையும்
காலி மதுப்பாட்டில்களும்
சுழலும் மின் விசிறி ஒன்றும்
மட்டுமே இருந்தன. -இந்த
அறைப் பூட்டுக்கு ஐந்து சாவிகள்
ஐந்து பேரிடம் உள்ளன என்றான்.
எந்தக் கூமுட்டை சொன்னது?
ஆண்கள் விவரம் இல்லாதவர்கள் என்று?

## எப்டி சவ்ரீயம்?

பறையனை
பறையன் என்றே கூப்பிடு.
மாதாரியை
மாதாரி என்றே கூப்பிடு.
அந்தந்தப் பொருளை
அதனதன்
பெயர் கொண்டே கூப்பிடு.
என் அனுமதியின்றி
தாயலி என்பதை நீயாக
சேர்த்துக் கூப்பிடுவாயானால்
உன் சாதியோடு
அதே வார்த்தையை சேர்த்து
நானும் உன்னைக் கூப்பிட
ஒரு சடக்கை
நேரம் கூட ஆகாது.
எப்படி சவ்ரீயம்?

## ஞாவகம் 1.

மண் கொழித்து விளையாடிய
என்னை கண் சிமிட்டி அழைத்து
'களை எடுக்க வாறீகளா
சின்னக் கவுடரே!' என்று
பேச்சியக்கா எனைத் தூக்கி
கிக்கத்தில் வைத்துப் போனாள்
களை பிடுங்க!
பேச்சியக்கா நெஞ்சில் தொங்கும்
அவைகளைப் பிடித்து,
-பேச்சியக்கா த்தென்ன?, என்றேன்.
வெத்திலை காவிப்பல் தெரிய
பேச்சியக்கா
என் குஞ்சை நசுக்கி,
'பெருத்துப் போச்சா
சின்னக் கவுடரே!' என்றாள்.
'வயிக்குது கையை எடேன்
பேச்சி முண்டெ!'

# ஞாவகம் 2.

–எங்கப்பாரு தலைகிழுதா மரமேறுமாக்க முனுசாமி,
ஏறிக்காட்டச் சொல்றேம் பாரு இப்ப!
அப்பாரு நீ தலைகிழுதா மரமேறுவீல்ல..
நம்ப மாட்டேங்கான் இவன், ஏறிக்காட்டேன்.

-கொடலேறிக்குமுடா!

-ஐய்யேங்.. ஏறிக் காட்டேன். அப்படின்னா
தெளுவு இருக்கா அப்பாரு?

-தெளுவு இல்லடா குஞ்சு இது கள்ளு.

-எனக்கும் எஞ் சோட்டாளுக்கும் ஊத்துவியா?

-பள்ளியோடம் போறப்ப அதெல்லா
நீங்க குடிக்கப்புடாது.. தலை சுத்தும்!

-அப்பாரு கல்லு வரும் உம்
பொச்சு மேல இட்டுருவோம்.

-லீவு நாளைக்கி குடிக்கலாம் போங்கடா!

-அப்பாரு பெருசா கல் எடுத்தாச்சு!

-குடிச்சுத் தொலயுங்கடா பெசாதுகளா!

-ஐய் நல்ல அப்பாரு.. பன்னாடைய பாத்து
நல்லதா எட்றா முனுசாமி கட்டெறும்பு
வவுத்துக்குள்ள போயிட்டா
பொச்சுல புடுங்கீடும்.

-நல்லா கண்ணு தெரியுமடா மூதேவிகளா!

## ஞாவகம் 3.

-அப்பாரு அப்பாரு
ஸ்கூல்ல அந்த மேங்காட்டுத் தடியன்
சும்மா நாச்சிக்கிம் எந்த நேரம் பாத்தாலும்
புடிச்சு கிள்ளிக் கிள்ளி
வெச்சுட்டே இருக்கான்.
-சப்பச் சோறு தின்னி
உப்புப் போட்டு தின்னு
ரோசம் வரும்!
-அப்பாரு அப்பாரு
ஸ்கூலுக்கு இனிமே என்னை
அர்ச்ஜுணங் கூட அனுப்பாதே.
நேத்து மத்தியானம் வட்டமா
பேயிக் காத்து வர்றப்ப என்னை
வுட்டுட்டு ஓடிட்டான்.
பேயி எம்மேல ஏறிப் போச்சுது!
-சப்பச்சோறு தின்னி
உப்புப் போட்டு தின்னு
பயம் போவும்!

# ஞாவகம் 4.

-அப்பாரு அப்பாரு
நெலாவுல எப்பெப்ப
கெழவி வடை சுடுவா?

-அடப் பேராண்டி உங்காத்தா
நோம்பிக்கி வடை சுடுறப்ப
அவளுஞ் சுடுவா!

-புளுவாத அப்பாரு
நேத்து கூட
கெழவி வடை சுட்டா
நான் பார்த்தனே!

-அட அது வடை இல்ல
கஞ்சி காச்சியிருப்பா!

-ஓஹோ, அப்படியா அப்பாரு.

# ஞாவகம் 5.

அப்பாரு அவரை மிக கவனமாக
எடுத்து தோளில் சாத்திக் கொண்டு
"மங்காங்காடு வரை ஒரு எட்டு
போயிட்டு வந்துடலாம் வா!" என்றார்.
கம்மம் புளுதண்ணி போசியை தலையில்
வைத்தபடி அப்பாருவின் பின்னால்
நானும் போனேன் சும்மாடில்லாத
வெறும் தலையோடு! –செமக்கனம் செமக்கனம்"
அப்பாரு முன்னால் சொல்லிச் சென்றார்.
சோளக்காட்டின் நடுவில் அப்பாரு தோளில்
இருந்தவரை நட்டு வைத்து நிப்பாட்டினார்.
காட்டின் நடுவில் மூங்கக் கோலில்
நின்றவர் எங்கப்பனின் சிவப்புச் சட்டை
அணிந்திருந்தார்! –அப்பாரு அவர் கையில் ஒரு
கம்பைச் சொருவி விட்டு,
"மீசை இன்னம் பெருசா இருந்திருந்தா
நல்லா இருந்துருக்கும்" என்றார்.
சோளக்காட்டின் நடுவில் நின்றவர் தட்டறுப்பு
வரை காக்கா, குருவி, விரட்டியபடி நின்றார்!

## ஞாவகம் 6.

அப்பாரு கதைகளெல்லாம் கேட்டு
சலித்துத்தான் போய் விட்டது! –சமீப
காலமாய் அப்பாரு நிலா பார்த்து கயிற்றுக் கட்டிலில்
படுத்திருந்தபடி நவீன கதை கேட்க
ஆரம்பித்திருந்தார். –காம்பௌண்டு சுவர் தாண்டி
வெண்டிலேட்டர் வழி இறங்கி
வீட்டினுள் சென்றவன் கையில்
கத்தி இருந்தது என்று சொன்னால்
வெண்டிலேட்டர்னா என்ன? என்பார்.
அப்பாருவிற்கு நவீன கதை நல்லதங்காள்
கதையை விட நன்றாகத்தான் இருக்கிறதாம்.
எனக்கும் தான் நன்றாக இருக்கிறது
தூங்கப் போகையில் அப்பாருவிடம்
புகையிலை வாசனையுடன்
பொக்கை வாயால் பெறும் முத்தம்.

# ஞாவகம் 7.

கருப்பராயனுக்கு கிடா வெட்டி
பொங்க வெச்சு
படப்பு வெச்சாங்கள்.
அப்பாரு அதுக்குமிதுக்கும்
பொறங்கை கட்டித் திரிஞ்சுது.
'இங்க வெச்ச மணியக் காணோமே!'
கருப்பயராயனுக்கு பொறவுக்காண்ட போயி
பூசாரி மணியைத் தேடி எடுத்தாந்து
'எல்லோரும் சாமி கும்பிடுங்க' என்றான்.
மூக்கு நோண்டும் என் கையை பார்த்து
'ஆய்ப்பயலே கையை எடு' என அம்மா
முதுகில் ஒன்று வைக்க, பூசை மணியோடு
என் கீதமும் ஆரம்பமாச்சு!
அப்பாருக்கு ஒரு பிடிமானம்
கிடைத்தாற் போல் எனைத் தூக்கி
தோளில் போட்டு அழாதடா சாமி சொல்லி
அல்வாப்பழம் வாங்கித் தருவதாய்
வாக்குறுதி கொடுத்து, கண் துடைத்த
கைபிடுங்கி சாமி கும்பிட வெச்சுது.
-அப்பாரு, எங்காயாவெ சாமி
கண்ணைக் குத்திப் போடும்ல?
-ஆமாமா தின்னூரு வெச்சுக்கொ!
-எங்காயா கண்ணு தெரியலன்னா
நெறடீட்டு திரியுவாள்ல?
-ஆமாமா சந்தனம் வெசுக்க!
-குருட்டாம் போக்குல போயி உழுந்து
மண்டைய ஓடச்சிக்குவாள்ல?
-ஆமாமா செவப்பு வெச்சிக்க இந்தா புடி!

## ஒழுங்கு நடவடிக்கை

ஒரு பிணைக்கைதியை தாட்டி விடுவது
போல் தான் மகேசுவரியை என்னுடன்
அவர்கள் தாட்டி அனுப்பினார்கள்.
அப்படியல்ல என்பது அவள் பேச்சில் விளங்கிற்று.
கவனமாகக் கையாள வேண்டிய நிர்பந்தமும்
எனை அழுத்தியது! –மகேசுவரி
என்னிடம் பேசுகையில்...

“அவர்கள் உங்களிடம் என்னை சேர்ப்பிக்கையில்
உங்களுக்கு நல்ல விதமாக நடந்து கொள்ள
வேண்டுமென்றும், நேரா நேரத்திற்கு அன்ன
ஆகாரம் ஊட்ட வேண்டுமென்றும், சமயம்
வாய்க்கையில் முதுகு தேய்த்து
விட வேண்டுமென்றும்.. எள் என்றால்
எண்ணெயாக உங்களருகில் நிற்க வேண்டுமென்றும்,
இராக்காலமோ, நேரங்காலமின்றியோ நீங்கள்
உறவாட எனை இழுத்தால் நான் முகஞ்சுளிக்காமல்
உங்களோடு இணைந்து உறவு வைத்துக் கொள்ள
வேண்டுமென்றும்.. முடிந்தால் ஒரு வருடத்திற்குள்
ஒரு மகனையோ மகளையோ உங்களை
அப்பா என்று அழைக்க ஈன்று தர நான்
பணிக்கப்பட்டிருப்பதாகவும்.. இடையிலே
நீங்கள் என்மீது கோபப்பட்டாலோ, உங்களது
நடத்தையின் போக்கு எனக்கு தவறாகப் பட்டாலோ
ஜட்ஜ்மெண்ட்டில் பார்த்துக் கொள்ளலாம் என்று
தைரியமாய் ஒப்பந்தத்தை முறித்து எறிந்து விட்டு
வந்து விடும்படியும் அவர்கள் கூறி
என்னை தாட்டி அனுப்பினார்கள் அத்தான்”

# காதலு

பள்ளி சென்ற வரலட்சுமி
ஒன்பதாங் கிளாஸ் பெஞ்சில்
அமர்ந்து வறுத்த கடலை மென்ற போது
சமைந்து போனாள்.
சேதி கேட்டு ஓடி வந்த சின்ராசு
டீக்கடை பெஞ்சில் வைத்து
அவசரமாய் எழுதிய
காதல் கடுதாசியை
அன்பொழுக அவள் முன் நீட்டினான்.
வெட்கம் பிடுங்கித் திங்க அதை
வாங்கிய வரலட்சுமி
முத்தமிட்டு மறைத்தாள்
பூகோள புத்தகத்தினுள்.
சின்ராசுவின் சிறு மீசையை
சில்மிசத்தோடு இழுத்து விளையாடினாள்
ராக்கால கனவுகளில்!
சின்ராசு சீக்கிரமே அவளுக்கொரு
முத்தமிட்டான் ஒரு அம்மாவசை ராவில்.
கூடிய சீக்கிரமே
மேட்டுப்பட்டிக்காரன் ஒருவனை
சொந்தத்தில் மணம் முடித்து
கூட்டு வண்டியில் பயணப்பட்டாள்
ஊர்க்காரர்கள் கையசைக்க!
சின்ராசு காத்திருந்தான்
இன்னுமொரு பெண்
பள்ளிக்கூடத்தில் சமைய!

## வானில் பறக்கும் ஆணுறை

விந்துத் துளிகளை
உள் வாங்கிய
ஆணுறை ஒன்று
திருவனந்தபுரத்திலிருந்து
சென்னை வரும் விரைவு
வண்டியின் கழிவறையில்
பயணித்து வந்தது.
மிகச்சரியாய் யாரோ
பீச்சிய மூத்திரத்தின்
வேகம் அதை துளி
துளியாய் நகர்த்தி விட
மலக்குழியில் துளை வழியே
ரயில்வே ட்ராக்கில் வீழ்ந்து
துடித்தது சிங்காநல்லூர் அருகே!
வெறுமனே வெய்யிலில்
கிடந்த அந்த ஆணுறை
சற்றைக்கெல்லாம்
சிறகு முளைத்து
வானில் பறந்தது!

## சுவாதீனம்

அவன் புத்தி ஸ்வாதீனம் இல்லாதிருந்த போது
உலகம் சரியாய் இயங்கிக் கொண்டிருந்தது!
கோடைக்காலம் ஒரு முடிவுக்கு வந்திருந்தபோது
அவனுக்கு சில வெங்காயங்கள் உண்ணக் கிடைத்தன!
தன்னைச் சுற்றிலும் எந்த நேரமும் பறக்கும்
கருவண்டுகளை விரட்டுவதற்கு யாரோ ஒருத்தியின்
பாவாடை கையில் இருந்தது! இரவு நேரங்களில்
அது இவன் தூங்கிப்போனாலும் கருவண்டுகளை
விரட்டிக் கொண்டேயிருந்தது! மகிழ்ச்சியை
என்னவென உணரத்தெரியாத அவன் விடியல்
துவங்கும் காலை நேரத்தில் அந்த பாவாடைக்கு
சில வெங்காயங்களை நீட்டி சாப்பிடச் சொல்லி
கெட்ட வார்த்தைகளை உச்சரித்துக் கொண்டிருந்தான்!

## இப்படியாகத்தான் நான் ஆண்களை வெறுக்கத் துவங்கியது!

என் அழகை அவன் கூச்சப்படாமல்
வர்ணிக்கும்போது நான் தடுமாறிவிடுகிறேன்!
இந்த அழகான கொங்கைகள்
என்னுடையவைகள் தானே நீலாவதி?
என்பவன் அவற்றைப் பற்றிக் கொள்ளும் சமயம்
இல்லை அது வேறொருவருக்குச் சொந்தமானவை
என்று விளையாட்டுக்குக் கூட
என்னால் சொல்ல முடிவதில்லை!
கையை எடுடா பன்னி! இப்படி வலிப்பது
மாதிரியா பிழிவார்கள்? நாய்! என்றால்
உடனே கைகளை எடுத்து விட்டு சோகமாய்
விரல்களை மண்ணில் பதித்து கிறுக்கிக்
கொண்டே அமர்ந்து விடுகிறான்! அப்போது
நீங்கள் பார்க்க வேண்டுமே அவன் முகத்தை!
கிளம்புகையில் என்னை முன்னே நடக்க விட்டு
பின்னால் வருபவன் என் பிருஷ்டங்களை
தர்பூசணிப்பழங்கள் என்பான்! வெட்கப்பட்டு
அதே இடத்தில் உட்கார்ந்து கொள்வேன்!
கண்ணுல பார்க்கக் கூட உரிமையில்லியா?
என்பவன் மீண்டும் சோகவடிவமெடுத்து விடுவான்!
இந்த வெட்கத்தையும், கூச்சத்தையும்
வைத்துக் கொண்டு இன்னும் எத்தனை நாளைக்கு
இவனை தக்க வைத்துக் கொள்ள முடியும்
என்று தெரியவில்லை எனக்கு! நல்ல குடும்பம்
நல்ல பையன் என்று தோழி துப்பறிந்து சொன்ன

பிறகு தான் அவன் காதலுக்கு சம்மதம் சொன்னேன்!
இப்படி எல்லா காதலர்களும் உடல்மீது தான்
குறியாய் இருக்கிறார்களா? என்றும் தெரியவில்லை!
இவனுக்கு எந்த அளவுக்கு என் உடல்மீது
அனுமதி கொடுப்பது என்பதை தோழி சொல்லவில்லை!
எத்தனை காதலர்கள் கல்யாணம் கட்டி சுகமாய்
வாழ்கிறார்கள் என்ற கணக்கும் தெரியவில்லை!
எங்கள் வீதியில் தட்டம் சூப்பர் என்று சிலர் சாலையில்
பயணிக்கையில் சொல்கிறார்கள்! தட்டம் என்றால்
என்னவென்று இவனிடம் கேட்டபோது
அவன் கைவைத்த இடம் எனக்கு கோபத்தையும்
எரிச்சலையும் கூட்டி விட்டது! அன்று நான்
அழத்துவங்கிய போதும் மண்ணை விரலால்
கீறிக்கொண்டிருந்தான்! - இப்படி தொட்டுத் தடவிக்
கொண்டே இருப்பது தான் காதல் என்றால்...
இவனை தடவ விட்டால் தான் காதலிப்பான்
என்றால்.. நான் நாசமாய் போக நாள் குறித்துக்
கொண்டிருக்கிறேன் என்றுதான் அர்த்தம்!
அப்படித்தான் முடிவெடுத்து மண்ணைக்
கீறிக்கொண்டிருந்த அவனிடம் சொன்னேன்!
இப்படி தர்பூசணி, மாம்பழம்னு பேசுறதும்,தடவுறதுமா
நீ இருந்தா இனிமே நாம சந்திக்க வேண்டாம்!
அவன் அன்றிலிருந்து என்னை பார்க்க வருவதில்லை!
இப்படியாகத்தான் நான் ஆண்களை
வெறுக்கத் துவங்கியது!

# உயிர்க்கொல்லி

**உ**ன் பக்க நியாய அநியாயங்களை
பேசி முடித்தபிறகு இனி ஒன்றுமில்லை
என்று கைகட்டி நீ நின்றாய் அம்மு!
மார்பு என்றுமில்லாமல் அன்று
திடுக் திடுக்கென்று இதயம் துடிப்பதை
வெளியே காட்டிற்று!
உன் கண் முன்னால் நிற்க நான்
அருகதையற்றவன் போல எல்லா
துயரங்களையும் என் தலைமேல்
ஏற்றிக்கொண்டு திரும்பி நகர்ந்தேன்!
ஒரு வார்த்தை நீ சொல்லியிருக்கலாம் அம்மு!
'பேசிட்டா போயிடுவியா நீ?' என்று!

# சிரிப்பு

கழுத்து நீண்டவளும் காமாலைக் கண்ணுடையவளுமான
கனகா தன் காதலை முதலில் வீட்டாரிடம்
சொன்ன சமயம் வேடிக்கை செய்தி கேட்டது போல்
குடும்பம் சிரிக்க செல்லமாய் சிணுங்கினாள்!

அம்மா தான், நீ சொல்லு தங்கம்! அவன் என்ன சாதி?
எங்க வேல பாக்கான்? அப்பா சும்மா தமாசுன்னு
சிரிக்காரு! என்றதும் கனகா தன் காதலனைப்பற்றி
புட்டுப் புட்டு வைத்தாள் சபையில்!
அவைகளை கேட்ட மறுநொடியே
தந்தை வடிவேலு ஜோக்
பார்த்தது போல கீழே விழுந்து சிரித்தார்!
கனகா மளாரென தன் அறைக்குள் ஓடி கதவை
அறைந்து சாத்திக் கொண்டாள்.
"கட்டுனா அவனைத் தான் கட்டுவேன்!
இல்லின்னா சாவேன்!" என்று சப்தமிட்டாள்.

நிதானத்திற்கு வந்திருந்த அப்பா மறுக்காவும்
வீடே அதிரும்படி சிரிக்கத்துவங்க இப்போது
அம்மாவும் சிரிக்க ஆரம்பித்தார்!

# அம்மாவின் குலதெய்வம்

எங்கள் குலதெய்வம் ஒரு ஆலமரத்தடியில்
சிறு திண்டின் மீது அமர்ந்திருக்கிறது.
எப்போதேனும் அம்மாவுக்கு சாமியாட ஆசை
எழுந்தால் என் இருசக்கர வாகனம் கிளம்பிவிடும்.
பூசாரி மணியடித்தாரென்றால் அம்மாவுக்குள்
சாமி இறங்கி விடும். -கோவிலுக்கு நான்கைந்து
பேராவது வந்திருந்தால் அம்மாவிடம் குறி கேட்பார்கள்.
ஆனால் செல்வதே இருவரும் தானே!
"எனக்கு கோவிலை எழுப்புங்கடா! கும்பாபிசேகம்
நடத்துங்கடா!" அம்மா சப்தமிட்டபடி ஆலமரத்தடியில்
கைகளை உயர்த்தி கோர்த்துப் பிடித்து அங்குமிங்கும் செல்லும்.
பூசாரி அம்மாவின் தலையில் திருநீரு தூவி,
"செஞ்சுடலாஞ் சாமி" சொன்னால் சாமி மலையேறும்.

அப்படித்தான் அம்மாவாசை நாளொன்றில் அம்மா
கிளம்பச் சொல்லிவிட்டது கோவிலுக்கு. செல்கையில்
கணிசமான கூட்டமுமிருந்தது அங்கு. - நான்கைந்து
சாமிகள் ஆலமர நிழலில் ஆடிக் கொண்டிருந்தன.
அம்மாவுக்கும் சாமி வந்துவிடுமென திரும்பி பார்த்தேன்.
ஐஸ் பொட்டிக்காரனிடம் குச்சி ஐஸ் வாங்கி
சப்பிக் கொண்டே சாமியாடுபவர்களை வேடிக்கை
பார்த்தது. -இனி அம்மாவுக்குள் சாமி இறங்குவது
சந்தேகம் தான்.

# பரிசுகள்

1999ஆம் ஆண்டு சொக்கலிங்கம் நினைவுப் பரிசாக
யானை ஒன்றைப் பெற்றுத் தந்தது பழனிச்சாமியின்
முதல் கவிதைத் தொகுப்பு.
அடுத்ததாக அதே ஆண்டில் கவிதைகளுக்கான
ஜப்பான் தேசத்தின் உயரிய விருதான ஹூசிமீப்பூ
விருதை வென்ற பழனிச்சாமியின் அதே தொகுப்பு
பரிசாக ஒரு ஹெலிகாப்டரை பெற்று வந்தது!

அடுத்த இரண்டு வருடங்கள் பழனிச்சாமி ஹெலிகாப்டரில்
யானைக்கு தீனி தேடி காடுகளின் மீது பயணித்தான்.
கவிதை மனம் பித்தாக சிறுகதைகளை எழுதத் துவங்கினான்.
அவனது முதல் சிறுகதை கொத்து 2004 ஆம் ஆண்டு
முருகவேல் நினைவுப் பரிசாக பத்து பெட்டிகள் கொண்ட
ரயில் இஞ்சினை பழனிச்சாமிக்கு பெற்றுத் தந்தது!

தண்டவாளம் சும்மா இருந்தால் ஓட்டிக்கொள்ளலாமென்ற
சட்டத்தின் ஆணைப்படி அரசாணையை எதிர் நோக்கி
மத்திய அரசுக்கு மனு எழுதிக் காத்திருந்தான் பழனிச்சாமி.
மழையிலும் வெய்யலிலும் சும்மா நின்ற ரயிலை
பின்பாக பேரீச்சம் பழக்காரனுக்கு எடைக்குப் போட்டு
ஒரு வருடம் உட்கார்ந்து தின்றது அவன் குடும்பம்.

எழுதிக் கொண்டிருக்கும் நாவலை பரிசுக்கு
அனுப்பச் சொல்லி வாதிடும் மனையாளிடம்
பரிசுகள் என்றுமே தொல்லை பயப்பன! என்றான்
பழனிச்சாமி.

# மேம்

என் முகநூலை எட்டிப்பார்க்க வந்தவள் நின்று நிதானித்து
பேஸ்ட்டில் உப்பிருக்கிறதா எனப்பார்த்து நுரைவர
ப்ரஸ்சை இழுத்தபடியிருந்தாள்! பின் ஓரமாய் துப்பிவிட்டு
என்னை விமர்சிக்காமல் போய் விட்டாள்!
வந்தவள் எந்த நாடு என
நான் விசாரித்தபடி இருக்கையில் புல்லட் ஒன்று என் முகப்பு பக்கத்தில்
புகை கக்கியபடி நுழைந்தது!
வந்தவளுக்கு கன்னத்தில்
மச்சமொன்று இருந்தது!
அதை அவள் துடைத்து புல்லட் சீட்டில் தேய்த்தாள்.
வெறும் பொம்மைகளாயிருந்த என் பக்கத்தை பார்த்தவள்
ஒன்றும் சொல்லாமல் கியர் போட்டு கிளம்பிவிட்டாள்!
வந்தவள் வளைகுடா நாட்டுக்காரியென
திருப்பூர் சுரேஸ் அலைபேசியில் கூறினார்.

என்முகநூலில் பெண்கள் வட்டமிடுவது ஆபத்திற்கு அறிகுறி
என கூவியவர் பல்லடத்தில் நண்பர்களுடன் சியர்ஸ் போட்டபடியிருந்தார்!

அடுத்ததாக ஒரு பெண் கனத்த உடம்புடன் என் பக்கத்தில்
நுழைந்து என் பதிவுகளை மறைத்து நின்றபடி புன்னகைத்தவர்
"தவறான பதிவுகளை கண்டால் கொட்டையை
நசுக்கிடுவேன்! ஜாக்கிரதை" என்று பூனைக்குரலில் சொன்னாள்.
இங்கே அப்படியெதுவும் தவறில்லை மேம்! என்றேன்.

# சுறா

கடல்ல மீனு புடிச்சு தின்னுட்டு
வவுத்தை நப்பீட்டு நீஞ்சுற சுறா ஒன்னு
இங்கெங்கெ வந்து ஊருக்குள்ளார சுத்துதுன்னு தெரியுல.
சாமமானா அந்த சுறா ஊருக்குள்ள வந்துருது.
யாராச்சிம் ஊட்டுக்கு முன்னால நெத்துக் குத்தலா
கோந்துட்டு தியானமோ என்னுமோ பண்ணுறாப்ல
பொட்டாட்ட இருக்குது. -பொம்பளப்புள்ள
வெளிய வர்றப்ப மளார்னு கடல்ல பாஞ்சுறாப்ல பாஞ்சு
தூக்கீட்டு காட்டுப்புறத்துக்கு போயிருது.
யாரையுமே அந்த சுறா கடிச்சு தின்னுடறதுமில்ல.
திலுப்பியுங் கொண்டாந்து ஊட்டு வாசல்ல உட்டுட்டு
சுறா போயிருது. எங்க போவுது? எங்க தங்குது?
ஒன்னும் வெளிய கசியறதில்லே சுறாவப்பத்தி.
கடலுக்கு சுறா போறதுன்னா அது இங்கேந்து வெகு தொலைவு
ஒருவேள அது பறக்குற றெக்க மொளச்ச சுறாவா இருக்கலா.
இந்த பொம்பளப்புள்ளைங்க சுறா பறக்குதா? நடக்குதா?
அப்படினு ஊருக்குள்ள ஆம்பளைங்க கிட்ட சொல்றதேயில்ல.
அவிக மட்டுலு குசுகுசுத்துக்கறாங்க.
"நேத்து புவனேசை சாமத்துல சுறா தூக்கிடிச்சாம்டி,
எங்கூட்டு வாசலுக்கு சுறா இன்னு வரவேயில்ல!"
இப்புடி எங்கூர்ல சுறா வந்துட்டு போறது
சாமத்துல மட்டுலும் தா.

## கண்கலுக்கு சிக்குவன

இவடத்திக்காலிக்கி மாடி மேல
நின்னுட்டு சைசா கிழக்கால பாக்கப்ப
ஒரு எழவும் கண்ணுக்கு சிக்கலப் போங்க!
என்னத்துக்குத்தான் நைசாப் பாத்தனோ?
சரிப் போச்சாதுன்னு மறுக்கா மேக்கால
சைசா எட்டிப் பாத்தங்காட்டி தான்
என் கண்ணுக்கு என்ன சிக்கோணுமின்னு
நெனச்சனோ அது சிக்குச்சு!
ரெண்டூடு தாண்டி மூனாவுது ஊட்டுல தான்
பாட்டுக்கச்சேரி போல! பால் கறந்துட்டு
சொசீட்டிக்கி போசி தூக்கிப் போற அண்ணன்
லேடியாப் பொட்டீல மம்மத ராசா! பாட்டுக்கு
செமெக் குத்து போட்டுட்டு இருந்தாப்ல
மாடுவளுக்கு எஜமானியம்மாவோட!
ஐயோ! பட்டப்பவல்ல காலங்காத்தால இதுக
ரெண்டும் இப்புடி குதியாளம் போடுதுகளே
அந்தம்மாவோட ஊட்டுக்காரான் வந்தா
என்னாத்துக்கு ஆவும் நெலமென்னு
அடிச்சுக்குது பாருங்க படப்படன்னு எனக்கு!
ஐயோடா சாமி!
இதுனால தான் எப்பயுமே நானு சைசாவும்
நைசாவும் மாடில இருந்து பார்த்துத் தொலைக்கிறது!
எல்லாருத்து வண்டவாளமும் தண்டவாளம்
ஏறுறது நமக்கு மட்லும் கண்ணுக்கு சிக்கிக்குது!

## மருதாயி

மருதாயிக் கிழவி பேச்சுவாக்கில்
அந்தக்காலத்துல உங்கொப்பாரு
என்னெ அப்புடி தொறத்தித் தொறத்தி
வந்து டாவடிச்சாரு! அப்ப நான்
அவுருக்கு அம்புட்டு அழகா தெரிஞ்சனாம்!
யாராச்சிம் வேத்தாளு கூட
நாம் பேசுனாப் போதுமே..
அவங்கூடெல்லாம் உனுக்கு என்ன
நாயமுன்னுட்டு சண்டைக்கே நிப்பாரு!
பழனி மலைக்கி தூக்கீட்டுல்ல போயி
தாலியக் கட்டி கொணாந்தாரு! என்றது.

-இப்பவும் நீ அழகாத்தான்
இருக்கியாத்தோவ்! என்றதும்
பொக்கை வாயை அது திறந்து
சிரிக்கையில் ஒரு பொயிலை
உருண்டை ஒன்று வெளியில் விழுந்தது!

# மவராசி

இவங்கப்பன் இவளெ பெத்ததீம்
செத்துப்போனான்னு தா ஓலவத்துக்கே தெரியுமே!
இவளெ நாலெழுத்து படிக்க வச்சி
நோம்பி நொடின்னா துணிமணி வாங்கி குடுத்து
சமஞ்சப்ப ஐநூறு பத்திரிக்க போட்டு நம்ம
வெசாலாச்சி மண்டவத்துல சீரு வெச்சு
கண்ணுல ஒருசொட்டு தண்ணி வரப்புடாதுன்னு
சீராட்டி கொஞ்சிக் கொஞ்சி அப்புடி வளத்தனாக்கும்!
அமுட்டையுஞ் செஞ்சு கடேசில மேலப்பாளத்தானத்தா
கட்டிக்குவேன்னு ஒத்தக்கால்ல நின்னாளே மவராசி!
சரி புள்ள ஆசப்படுதேன்னு அவங் குடிகாரன்னு தெரிஞ்சுமில்ல
அஞ்சு வவுனு போட்டு கட்டிக் குடுத்தேன்! அந்தப் பீத்தரெ
அதப்பண்டிக் கழட்டுறேன் இதப்பண்டி அவுக்குறேன்னு
உள்ளதீம் தொலச்சுட்டு பக்கத்தூட்டு சிங்காரி ஒருத்திய
இழுத்துட்டு போயிட்டானாம்! இவொ மடியில
ஒன்னோடவும் இடுப்புல ஒன்னோடவும் இங்க வந்து நிக்காளே!
ஏலே உங்கோயா என்ன இன்னமு கொமுறின்னு நெனச்சுட்டு
இங்க ஏறீட்டு வந்தியாளே? நிமுசம் நிக்கப்புடாது எம்பட வாசல்ல!
போயி நீயும் ஒருத்தனை இழுத்துட்டு கங்காணாத ஊருக்கு ஓடீரு!

# அடேங்கப்பா!

ஒன்னரை வருடம் முன்பாக ஓடிப் போன
மூத்த மகள் முத்தரசியை நினைத்து
அன்றைய இரவில் கண்ணீர் உகுத்தாள் அம்மா!
வயசு இருபதாயும் விரல் சூப்பும் பழக்கம்
மாறாத இளைய மகள் சொச்சு சொச்சென
பல்லி கத்துவது போன்றே கத்தியபடி
தூங்கியிருந்தாள் பக்கத்துப் பாயில்!
ஏதுமறியா முருகேசன் பிட்டத்தை
சொறிந்தபடி அல்லையில் திரும்பி படுத்தான்.

காலையில் கதவு நீக்கி வெளிவந்த அம்மா
வாசலில் கையில் குழந்தையுடனும் கணவனுடனும்
நின்றிருக்கும் முத்தரசியை கண்டதும்
பிடித்தாளே ஒரு பிடி! 'யாருளே நீயி?
இங்கெங்களே வந்தே காத்தால வாசப்படி தேடி!
நாயி உம்மட மூஞ்சில முழிச்சாக்கூட பொழுதுக்கும்
அதுக்கு இசி கிடைக்காதேடி!எப்ப ஓடிப்போனியோ
அப்பவே நாங்க தலைக்கு குளிச்சுட்டோமடி!'

வெளிவந்த முருகேசன்
வா சாமி! வாங்க மாப்பிளே! பையனா? பொண்ணா? என்று
கைநீட்டி வாங்கி முத்தம் ஒன்று கொடுப்பதை
பேச்சை நிப்பாட்டியிருந்த அம்மா தாவாங்கட்டையில்
கைவைத்து அதிசயமாய்ப் பார்த்தாள்!

# பஞ்சாயத்து

–என்னதாம்மா சொல்றே கடேசியா
நாங்களும் நேரங்காலமா ஊடு போயி
ஒரு வா பேஞ்சு உண்டுட்டு அக்கடான்னு சாயணுமில்ல!

–இனி என்னத்தீங்க நாஞ் சொல்றது? சொரக்காயிக்கி
உப்பில்லீன்னா? அந்தாளோட வாழ எனக்கு
இசுட்டமே இல்லீங்! அத்து உட்டுருங்! நானு
என் வழியப் பாத்துட்டு போயிக்கறேன்!

–நீ என்னப்பா சொல்றே? அவ தான்
இப்பிடி சொல்றாளே?

–ஏனுங்கொ! காத்தால நாம் போனன்னா
மாங்கு மாங்குன்னு மாடா ஒழச்சி
ஓடாத் தேஞ்சி ஊடு வந்து சேர்றேன்.
வந்ததீம் நம்ம சேந்து கெணத்துல
பத்துப் பாஞ்சி கொடம் சேந்திக் கொண்டி
சட்டி பானை தொட்டியெல்லாம் நப்பிடறேன்!
மறுக்கா அடுப்பு பத்த வச்சி சோறாக்கி
கொழம்பு வச்சி, பீட்ரூட்டு, பீனுசுன்னு
காய்கறி செஞ்சி போடறேன்! என்னோட
வாழ என்ன மொடெ மயிராமா இவுளுக்கு?

–தெனமும் சாமத்துல வெளி வாசத் திண்ணையில
போயி துண்டை விரிச்சி படுத்துக்குதுங்கொ
இந்தாளு! பீனுசும் பீட்ரூட்டும் தான்
எங்காயாளே செந்தாம்பாளையத்துல போடுவாளே!
அத்து உட்டுருங்கொ! உங்குளுக்கு
கோடிப் புண்ணியம் கெடைக்கிம்!

## பிணக்கவிதை

**சு**டுகாடு நோக்கி அந்தப்பிணம் பிரயாணப்பட
ரொம்ப நேரம் காத்திருக்க வேண்டியிருந்தது!
தூரத்திலிருக்கும் சொந்தங்களெல்லாம்
கடைசி முறையாக முகம் காண தாமதமாகிவிட்டது!
பாடையில் பிணம் மாலை மரியாதையோடு
சுடுகாட்டுக்கு கிளம்பி விட்டது.

பட்டாசுகள் கட்டுக் கட்டாய் முழங்கின!
பொரிகள் தெருவெங்கும் விதைக்கப்பட்டன.
இந்தப் பிணத்திற்கு வந்த சனம் அதிகம் தான்
என்ற பேச்சு நிலவியிருந்தது! – இந்தப்பிணம்
முன்பாக எல்லோரையும் நேசித்து அரவணைத்து
நடந்து கொண்ட பிணம் என்று பேசப்பட்டது!

நட்பு வட்டம் பிணத்திற்கு பெரிதென பேச்சிருந்தது!
ஆகவே பிணம் காண கூட்டமோ கூட்டம் என்றும்
பேச்சிருந்தது! –ஏராளமான வருங்காலப் பிணங்கள்
பின் தொடர்ந்து செல்ல சுடுகாட்டில் எந்தக்
காக்கைகளும் காணோம்! –எல்லாம் உணவுக்காக
அரசாங்கப்பள்ளி சென்றிருக்கலாம் என்ற பேச்சும்
அவ்விடமிருந்தது! – ஏற்கனவே வெட்டி வைக்கப்பட்டிருந்த
குழியினுள் பிணம் கிடத்தப்பட்டு சம்பிரதாயங்கள்
பல் நிகழ்ந்தன! – பிணம் கடைசியாக ஏதாவது
சொல்லுமென எதிர்பார்த்த முகங்கள் அது எதுவும்
சொல்லாததால் பிணக்களையுடன் வீடு திரும்பின!

## ஈமு

ஈமு கோழிக்கு பணம் கட்டி
காட்டில் கம்பிவேலியும் கட்டி
தீனி போட்டு.. கடேசியாக
மாரடித்துக் கொண்டு தெருவில்
நின்ற சக மனிதர்கள் வாழ்ந்த
காலத்தில் நானும் வாழ்ந்தேன் என
என் பேரப்பிள்ளைக்கு நான்
கதை சொல்லுவேன்! - கூடவே
கருவாடுகள் கூட உயிர்பெற்று
கடல் நோக்கி துள்ளி ஓடிய
காலமது! என்று ரீலும் ஓட்டுவேன்!

## சட்டம்

இனி ஒன்னையுஞ் செய்ய முடியாதென
ஊட்டுக்குள் அவசர சட்டம் போட்டாயிற்று.
பொறவுக்கு இருக்கும் புளியாமரத்தில்
முன்பு போல ஏறி ஆடப்பிடாதென சொன்னார்கள்.

தம்பிகளோடு கட்டுமாரு கட்டி சண்டையிடப்பிடாதென
சொல்லி வைத்தார்கள். –சாலையில் நடக்கையில்
பாதம் பார்த்து நடக்க வேணுமென ஓர்டர் போட்டார்கள்.

ரீவியில் காதல் பாட்டு ஓடுகையில் ரிமோட்டை
கிச்சனில் இருந்து அழுத்தினார்கள்.
கல்லூரிக்கு போனால் கண்ட கருமமும் வீடு
வந்து சேருமென பள்ளியோடு நிப்பாட்டினார்கள்.

பக்கத்து வீட்டு மாரிமுத்து பல்லைக் காட்டியதற்கு
பத்து நாள் சோச்சி கிடையாதென்றார்கள்.

நல்ல புருசன் வருவானென சாதகத்தை தூக்கினார்கள்!
நல்ல சோலி, நல்ல கொணமென நாப்பது வயசுக்காரனுக்கு
கழுத்து நீட்டச் சொன்னார்கள்.
நல்ல புருசன் குடிகாரனென்று
வாக்கப்பட்டு வந்த பொறவுதான்
கண்டுகொள்ள முடிந்தது.
நல்லபுருசன் நல்லவிதமாய் சுடுகாடு போன பொறவு
ஊடு வந்து சேர்ந்த பொறவுதான் சொன்னார்கள்
புருசனைத் தின்னவ! என்று! –

மாரிமுத்து பல்லை
மறுக்காவும் காட்டிய போது ஊட்டார் ஒன்னும்
சொல்லவே இல்லியே!

# நிந்த நிது

கெழவஞ் சொன்னா கிண்ணாரக்காரனுக்கு
ஏறாதுங்கறது செரியாத்தான போச்சப்புனு!

புள்ள போக்கு செரியில்லடா..
தன்னப்போல கெணத்து மேட்டோரம் நின்னு சிரிக்கா..
திடு திடுன்னு ஊட்டுக்குள்ள ஓடுறா...
செலுபோனு டப்பிய காதுல வச்சுட்டு கெழக்க போயிடறா..
சொம்புல தண்ணி கொண்டாளேன்னா
வெத்தல பாக்கு தட்டத்த எடுத்தாறா...
சாமத்துல வயித்துப் போக்குன்னு தெக்க போயிடறா...

மூனு மணி பஸ்ஸுக்கு போவறதுக்கு
பன்னண்டு மணியில இருந்து சிங்காரம் பண்டிக்கிறா...

தலை தலையா அடிச்சு சொன்னப்ப
எம்பட தங்கம் அப்பிடி எல்லா கெடையவே
கெடையாதுன்னு எம்பட வாயை அடெச்சே!

ரெண்டு நாளா புள்ளையக் காணமுன்னு இப்ப
ஊருக்காரவுனுகளுக்கு வதிலு சொல்லிட்டு இருக்கே!

ஏண்டா பையா.. புள்ள அந்த நிவங்கூடக்கீது
நிது பண்றதுக்கு நிந்த ஊருக்கு போயிட்டாளோ என்னுமொ?

## சண்டெ

–அதென்னளே எப்பப் பாரு ஆளைக் கண்டா
வெடுக்குனு கொக்காணி காட்டுறாப்ல
என்னமோ பண்டீட்டே போறே?

பக்கத்து ஊட்டுக்காரின்னு ஒரு மருவாதிய
நாங்க தர்றோம்ல!

நீ என்னுமோ நெப்டியூனுல
இருந்து நேரா எறங்கிவந்த எலியன் மாதிரி
என்னெக் கண்டெப்பெல்லாம் பண்டிக் காட்டுறே?

உம் புருசன் நோர்வேல வேல செஞ்சா எனக்கு
என்னாடி வந்துச்சு?
உம்பிள்ளைக சுவீடன்ல
படிச்சா எனக்கு என்னாளே வந்துச்சு?

காசே இல்ல ஒரு ஐநூறு ரூவா குடுளே..
எம்பிருசன் சம்பளம் வந்ததீம் குடுத்துடறேன்னு
எவ்ளோ மருவாதியாக் கேட்டேன் உங்கிட்டே!

அதுக்கென்னமோ அப்பிடி ப்ளடி பெக்கர்ஸ்னு
சொல்றே?
இல்லீன்னா இல்லைன்னு சொல்லு!
வெறுஞ் சட்டி
தான் ஊட்டுல இருக்குதுன்னு சொல்லு!
நாங் கஞ்சி

காச்சிக் கொண்டாந்து ஊத்துறேன்!
எம்பட டைகரை கட்டி
வச்சி தான சோறு ஊத்துறேன்!

அது மாரி நெனச்சுட்டு போறேன்!
ஆளும் அவ சூட்டும்!

ஏண்டி இருக்கியா ஊட்டுல?
வெளிய வாடி மொத!
இன்னிக்கி நீயா நானான்னு பாத்துடலாம்?
துளி உம்பட மண்டையில
ஒட்டீட்டு இருக்குற மசுத்தையும்
இணுங்கிப் போடறேன் இணுங்கி
இன்னிக்கி!

சாமீ!
பள்ளியோடத்துல இருந்து வந்துட்டியா?
மூஞ்சியப் பட்டீல கழுவீட்டு போயி
உக்கோந்து பஜ்ஜி தின்னு சாமி!
அம்மா உனுக்கு
பஜ்ஜி சுட்டு தட்டத்துல மூடி வெச்சிருக்கேன்!
நானு சித்த நேரம்
அவொ கூட சண்டெக் கட்டீட்டு வர்றேன்!

# சுசீலா

**சு**சீலா நகுலனைப் பார்த்துப் போக
அவர் வீட்டின் கதவைத் தட்டினாள்!
உள்ளே வரலாம் யாராகவிருந்தாலும்
என்றே நகுலனும் குரல் கொடுத்தார்.

உள்ளே வந்த சுசீலா நகுலனை
அறைகளுக்குள் தேடினாள்! –
நகுலன் வெளியேறிச் சென்று
ஒரு விரற்கடையளவு நேரமிருக்கலாம்
என்றே எண்ணி
திரும்பிவிட எத்தணிக்கையில்
வெளியே கதவு தட்டபட்டது மீண்டும்!
உள்ளே யாரு சுசீலாவா?
என்று நவீனன்
குரல் கொடுத்தான்!

யார் நவீனனா..? யாரா இருந்தாலும்
உள்ளே வரலாமென நகுலன் குரல்
கொடுத்தார் உள் அறையிலிருந்து!

நிச்சயமாக எந்தக் கதவும்
எந்த சமயத்திலும் யாருக்கும் திறப்பதேயில்லை!

## ரயில் கவிதை

எல்லா ரயில் பெட்டிகளிலும்
படிக்கட்டுகளில் அமர்ந்திருப்பவர்கள்
கையசைத்து மகிழ்ச்சியோடு பிரயாணிக்கிறார்கள்!

அவர்கள் கையசைப்பது வீட்டின் மாடிகளில்
துணிகளை காயப்போடும் பெண்டிரைப் பார்த்தும்..

மட்டையாட்டம் ஆடிக் கொண்டிருக்கும்
சிலரைப் பார்த்தும்,

ஆடுகளை மேய்த்துக் கொண்டிருக்கும்
பெரியவர்களைப் பார்த்தும்,

ரயில்வே கேட்டில் காத்திருக்கும் பேருந்துகளை
பார்த்தும், சில நேரங்களில் சும்மாவேணும்
கையசைத்துக் கொண்டே பிரயாணிக்கிறார்கள்.

குளக்கரைகளில் குளித்துக் கொண்டிருக்கும்
பெண்களைக் கண்டு விசிலையும் போடுகிறார்கள்.

இறங்க வேண்டிய நிறுத்தத்தில் சோம்பிப் போய்
இறங்கி வாழ்க்கைக்கு திரும்புகிறார்கள்.

## நச்சு

நீங்கொ என்னவேணா
சொல்லிட்டுப் போங்கொ!
நா அதுக்கு மட்டும்
எந்தாயிசிலியு ஒத்துக்க மாண்டேன்!
கெழக்கால ஊட்டு
மயிலா அப்பிடித்தான
அதுக்கு ஒத்துட்டு
ரோடாயிப் போயி கெணத்துல
உழுந்து செத்து
ஆயிப்போச்சுல்லொ இப்ப
நாலு வருசம்?
நாயம் வேணா
எது வேணா பேசுங்கொ
கேட்டுக்கறேன்!
என்னெய அங்கவா இங்கவா
அப்பிடி இருக்கலா
இப்பிடி இருக்கலானு மட்டும்
கூப்புட்டு நச்சீட்டே இருக்காதீங்கொ!

## ஆனந்தன் கவிதை

ஆனந்தனுக்கு பெண்களிடம்
பேசிக்கொண்டிருப்பதில் தான்
பிரியம் அதிகமென்று அவன்
அம்மா சொல்கிறார். –பக்கத்து வீட்டு
பத்மா கொலுசு மாட்டியிருந்தால்
புதுசாக்கா? என்கிறான். இந்தப் பெண்களுக்கும்
ஏனோ ஆனந்தனை பிடித்துத் தான் இருக்கிறது.
ஆனந்தனுக்கு படிப்பு ஏழாவதிலேயே
முடிந்து போனதற்கு கணக்கு வாத்தியார் தான்
காரணம் என்கிறான்! அவன் காதலை
வாத்தியார் ஏற்றுக் கொள்ள மறுத்ததால்
இவன் பள்ளி செல்ல மறுத்து விட்டான்.
'ஏன்டா ஆட்டி ஆட்டி நடக்கிறே ஆனந்தா?'
என்று யாரேனும் கேட்டால், அதை ஏன்
நீ பாக்கே? என்றே சண்டைக்கு நிற்கிறான்.
புவனேசுவரி பூப்பு நன்னீராட்டுக்கு சென்றவன்
தன் அம்மாவிடம், 'புவனேசை நல்லா சோடிச்சு
அலங்காரம் பண்ணியிருக்காங்கள்ளம்மா!' என்று
கேட்டு அதிர வைத்தான். –பின்பாக கூத்தாண்டவர்
விழாவுக்கு சென்ற ஆனந்தன் ஊர்திரும்பாமல்
போனதை அவன் அப்பா பெரிதாக
எடுத்துக் கொள்ளவேயில்லை! அம்மா தான்
அடிக்கடி சொல்வாள், "எம்பையன் இருந்திருந்தா
எத்தனையோ பண்ணியிருப்பான் எனக்கு!' என்று!

# நோம்பி

மாவிளக்கு எடுக்க வேணும் மாரியாயிக்கு!
மஞ்சள் சுடிதார் அணிய வேணும் காத்தாலிக்கி!

மதியமாய் பொங்க வெய்க்க பழையதில்
நல்ல சேலை போதும்! சாயந்திரமாய் மாமன்
கரகமெடுத்து ஆடும்போது செவப்பு பட்டுச்சேலை
கட்டி கூட்டத்தில் முட்டி முன்னால நின்னு பாக்கோணும்!

வெளியூருல இருந்து பஞ்சு மில்லுக்கு வந்த
பசகள்ல ஒருத்தன் பார்வெ மட்டும் பயங்கரமா
இருக்குன்னு பாப்பா சொல்லுவா! அந்தப் பையனோட
கண்ணை நோண்டி காக்காயிக்கு வீசிடுவேன்னு
வெல்லு நீட்டி மெரட்டோணும்!
ஆமா அதான் சரி!
பாப்பா ஆருன்னா எம்பட கூடப் பொறந்து பொறப்பல்லோ!

பாப்பா இன்னிக்கி ஆடோட்டீட்டு காட்டுக்கு போவ மாட்டா!
ஐஸ்பொட்டிக்காரன் கிட்டதான் எந்த நேரமும் நிப்பா!
ஒருநா இல்லாட்டி ஒருநா ஐஸ்பொட்டிக்காரன் தான்
உனுக்கு புருசனா வருவான்னு கேலி பேசினா
கண்ணை வேற கசக்குவா சும்மாநாச்சிக்கிம்!

இந்த வவுறு வேற!
மாரியாயி கோயில்ல கொடை
ரேடியோல மூர்த்தியண்ணன் குரலு கேக்குது!

மாவிளக்கு எடுத்துவர மம்மானியா கூப்புடுறாரு!
பொழுதோடத்திக்கி விசயகாந்து நடிச்ச
வானத்தப்போல திரையில காட்டுறாங்களாம்
உள்ளூரு கேப்டன் ரசிகரு பட்டாளம்!

இந்த வவுறு வேற யாத்தா நேரங்காலம் தெரியாம
வலிச்சுத் தொலைக்குதே! நோம்பி நாளும் அதுவுமாய்
வீட்டுக்கு தூரமாச்சின்னு மூலையில ஒக்காந்து
சங்கட்டப்பட வேண்டிது தான்! நெலமைய பாத்துட்டு
மத்தாளச்சத்தம் கேட்டு பாப்பா மாவிளக்கு
தட்டை எடுத்துட்டா!

"உங்கொக்கா எங்க கோயிலுக்கு வரலியா?"ன்னு
பந்தம் புடிச்சுட்டு வந்த உள்ளூரு வன்னான்
சத்தம் பட்டிக்கே கேக்குது! –
இந்த வருசம் மாமனையும்
பாக்க முடியாது ஒரு மசுராண்டியையும்
பாக்க முடியாது யாத்தா!!!

# நெட்டுல நொட்டல்

ஒரு பூவ எத்துனு வந்து நீட்டினு
ஐ லவ் யூன்னு சொல்லினெ இருக்கியே
கஸ்மாலம் நீ நீட்னதும் வாங்கி தலயில சொருவினு
பல்லை காட்னுமா? பொறந்தாப்லர்ந்து
எத்தினி பேஜார் பார்டிங்கள தாண்டி வந்திருக்கேன்!

அப்டியே நீட்ன பூவ வாங்கி சொருவிக்னாலும்
இப்ப'இங்க என்னா மாயம் மந்ரம் நடந்துடும்?
சூரியன் வடக்கில இருந்து உதிச்சுடுவானா?

ஒரு ஸாப்பிங் மாலுக்கோ, சில்க் பேலசுக்கோ,
ஜூவெல்லர்சுக்கோ இஸ்துனு போவப் போறீயா?

போனு நெம்பர வாங்கி சாப்டியா செல்லம்னு கேட்டு
கரைச்சல் குடுப்பே! சாமத்துல போனப்போட்டு
தூங்கிட்டியா செல்லம்? உம்படது சைசு என்னன்னு
கேட்டு டார்ச்சரு குடுப்பே! அப்பிடியே மீறிப் போனா
காதலர் ஸ்பாட்டுனு பூங்காவுல இஸ்துனு போயி
ஜிப்ப கழட்டி அடிச்சுடும்பே!

அதையிம் போனுல எடுத்து
நெட்டுல போடுவே! அதுக்கு டைட்டிலு வேற கஸ்மாலம்!
சென்னை லேடி சக்கிங்அண்டு கெட்டிங் கம் இன் பப்ளிக் பார்க்!
பேமானி!

பொறந்தவன் இருக்கான் பெத்தவன் இருக்கான்னு
சொந்த ஊட்டுள்ளாரயே பயந்துனு போறோம்!
இதுல பூவ எட்த்துனு வந்து நீட்டினு ரோட்ல நீவேற!

# அம்மா

அம்மா என்னை கொஞ்சம் வெளியில் அனுப்பு!
இந்த வீட்டுக்குள் உன்னோடு சேர்த்து முடங்கிக்
கிடப்பதில் எதுவுமே நேர்ந்து விடாது! –கொஞ்சம்
என்மேல் அனுசரணையாக நடந்து கொள்!

என் மேலதிகாரி இனிமேல் என்னை வையாமல்
இருக்க பொறுப்பாயும் பருப்பாயும் நடந்து கொள்கிறேன்!
என்னை எந்த மேனா மினுக்கியும் கவ்வி இழுத்து
ஓடிப்போய் விடமுடியாதபடிக்கி முகத்தை இஞ்சி
தின்ன குரங்கு போல் வைத்துக் கொள்கிறேன்!

அம்மா எந்த நேரமும் இந்த பூச்சிகளின் தொந்தரவு
என்னை இம்சிக்கிறதம்மா! கேட்டால் தரையும்
படுக்கையும் சுத்தமாகத்தான் இருக்கிறது என்கிறாய்!
இங்கே வந்து பார்! ஒரு கொத்துப் பூச்சிகள் என்னை
மொய்க்க தருணம் பார்த்து நிற்கின்றன! வந்து இவைகளை
விரட்டி விடேன் அம்மா! அம்மா!

எங்கேடி நீ போய்த் தொலைந்தாய்? இன்று நான் சாகிறேன்!
எங்கேயும் கிளம்ப முடியாதபடிக்கு என் உடைகளை
எல்லாம் ஒளித்து வைத்து விளையாட்டு செய்கிறாயா?

உன்னோடு விளையாடும் வயசாடி எனக்கு? –போதும்
என்னை வெளியில் அனுப்பு அம்மா! இல்லையெனில்
சென்ற மாதம் பைத்தியகார ஆசுபத்திரியில் சேர்த்திருந்தாயே
அங்கேயே கொண்டி என்னை எறி! சங்கிலியை
இழுத்துக் கொண்டு சேதுவாய் நான் ஏதாவது ஒரு
ஐயர் வீட்டுப் பெண்ணின் சாவுக்காக அழ ஆரம்பிக்கிறேன்!

## ராமசாமி கவிதை

ராமசாமி தன் மனைவியை
விவாகரத்து செய்தபோது
ஊரே உச்சுக்கொட்டியது! -அவர்
வளர்த்திய நாயும் கூட
தும்மி வைத்தது!

அதற்கு சளிப்பிடித்திருக்க
வாய்ப்பிருக்கிறதென ராமசாமியின்
மாமனார் ஊடகங்களுக்கு தெரிவித்தார்!

ராமசாமியின் பிள்ளைகள் இருவரும்
ஓமிக்ரான் அச்சத்தால் வீட்டிலிருந்தே
ஆன்லைனில் வாசித்தவர்கள்
பக்கத்துவீட்டில் இழவு விழுந்து விட்டதான
நம்பிக்கையில் பாத்ரூம் போக
போட்டியிட்டுக்கொண்டிருந்தார்கள்!

இங்கு எல்லாமும் நடந்தேறிக்கொண்டே தான்
இருக்குமென எந்தவித பகட்டும் இன்றி
முகநூலில் பதிவிட்டுக்கொண்டிருந்தார்
ராமசாமியின் துணைவி!

"என்னை உலக்கையால் அடிக்க வேண்டாமென
அவர்களிடம் நீ சொல்!"

## குறுங்கவிதைகள் 50

1. பச்சை வாழைமரம் பாவம்
பற்றிக் கொண்டு திகு திகுவென எரிந்தது!
பத்தினி யாராச்சுக்கும் அவங்க
வீட்டுல பிரச்சனை போல! அதான்
நிரூபிக்கறேன்னு புருசன்கிட்ட சொல்லியிருப்பா!
யாரோ சொல்ல கூட்டம் கலைந்தது!

2. சத்தமில்லாம ஒரு முத்தம் மட்லும்
குடுத்துனு போயி கவுட்டிக்குள்ள
கையை வச்சினு தூங்குடா கஸ்மாலம்னு
சொல்றா சார் இவொ! –இதுக்கு
நானு திருட்டு தம்மு அடிச்சுக்குவேனே சார்!

3. பிரமிளின் ஏதுமறியா இறகொன்று
என் வீட்டு முற்றத்தில் வந்து கிடந்து
உருண்டது! காது குடைய
நல்லா இருக்கும்னு இல்லத்தரசி
எடுத்து பந்தக்கால் இடுக்கில் செறுகி வைத்தாள்!

4. மொட்டப் பாப்பாத்தி
றொட்டி சுட்டாளாம்
உப்பு பத்தலியாம்...
பாடி ஆடிக் கொண்டே
சென்ற பாப்பா
பக்கத்து வீட்டு சிறுவனைப் பார்த்து

உங்கூட டு! என்று கொக்காணி
காட்டி ஓடினாள்!

5. அழுத பிள்ளை தான்
பால் குடிக்குமென நன்றாகத்
தெரிந்து வைத்திருந்தவன் ஒருவன்
அவளிடம், ஒரே ஒரு வாட்டி!
ஒரே ஒரு வாட்டி! என்றே
என்றே அழுது கொண்டிருந்தான்.

6. கம்பெனிக்கி போற பிள்ளைங்கெல்லாம்
சனிக்கெழமெ கூலி நாளன்னிக்கி தான்
பீரு குடிக்குதுக! குடிச்சு முடிச்ச பொறவுதான்
மேனேசரு ராமசாமிய திங்கக்கெழமெ காதோட
அப்பலீன்னா எம்பட பேர மாத்தி வச்சிக்கிறேன்னுதுக!

7. ஸ்கூட்டில போற ஆன்ட்டீக எல்லாரும்
திலுப்பூருல சந்து சந்தா படுத்துப் படுத்து
எந்திரிச்சுப் போவுதுக!

8. சாக்கனா கடையில சண்டைக் கட்டாதீங்க!
சரக்கு வாங்குறதுக்கு முண்டியடிக்காதீங்க!
ஓடுற வண்டியில ஓடி ஏறாதீங்க!
இன்னொருத்தன் ஓட்டீட்டு இருக்குறதை
நீங்களும் ஓட்டலாம்னு நினைக்காதீங்க!

9. அந்த சிவப்புப் பட்டாலான கௌனும்
சட்டையுமணிந்த பொம்மை
ஒரு குழந்தையை வைத்து
விளையாடிக் கொண்டிருந்தது!

10. ஆற்றோரத்தில் தூங்கிக் கிடந்த
முதலையை கொத்தித் தூக்கிக் கொண்டு
தன் கூட்டுக்கு பறந்தது ஒரு
தூக்கணாங்குருவி! - இந்த நவீன
கவிஞர்களுக்கு பொய் சொல்வதே
வழக்கமாகி விட்டதென புலம்புகிறது
ஒரு காகம்!

11. ரெண்டாவது வகுப்பறைக்குள்
குழந்தைகளை சத்தம்
போட வேண்டாமென
சத்தம் போட்டுக் கொண்டிருந்த
டீச்சருக்கு வயசு ஏழு!

12. அவிங்கெ பாத்துட்டே தா இருப்பாக!
நாமளா பாத்துத்தான் பண்டிக்கோணும்!
அவிய ஆரம்பத்துல இருந்தே அப்பிடித்தான்!
கொஞ்சம் வெக்கப்படுவாக! அப்புறமேட்டு
பாத்துக்கக்கா.. காஞ்ச மாடு நிதுல
பூந்த மாதிரி பூந்து பொழந்துடுவாக!
நாந்தா சொல்றனில்ல... அதது
அததுக்குதா உபயோகப்படுமுன்னு!

13. வெள்ளம் வடிந்த பிறகு
இறந்த உடல்களை
அப்புறப்படுத்தும் பணியில்
பணியாளர்கள் இருந்தார்கள்!
தனக்கு மனப்பிறழ்வு உண்டென
அறியாத ஒருவர் ஒரு குழந்தையின்
உடலை கையில் வைத்தபடி
உங்கொம்மா யாரு சாமி? என்று
கேட்டபடி இருந்தார்.

14. பேருந்து நிலையத்தினுள் பிச்சைக்காரன்
கம்யூனிசம் பேசினான்! – அவனுக்கு சில
தர்ம அடிகளை சிலர் வழங்கிப் போனார்கள்!
சிலர் அவன் சட்டைப்பையில்
சோவியத் யூனியன் உடைந்தது பற்றி
காரணங்கள் இருக்கலாமென தேடினார்கள்!

15. கணவனை கிக்கத்தில் இடுக்கிக் கொண்டு
வந்த மனைவி அனுப்பர்பாளையம் போகும்
ஏழு-பி எப்போது வரும் என்று கேட்டாள்.
எனக்குத் தெரியாது ஊருக்குப் புதுசு
என்று ஒருவன் ஒதுங்கி நின்றான்.

16. நீ கெடைக்கலின்னா செத்து வைப்பேன்டா!
என்றவள் ஊதிப்போன உடம்போடு
புருசனின் இடுப்பு பிடித்து
புல்லட்டில் போய்க் கொண்டிருந்தாள்!
கூட வந்த காதலி கேட்டாள்..
அந்தம்மா ஏன் உன்னை தின்னுடறாப்ல
பார்த்துட்டு போறாங்க?

17. விந்துத் துளிகளை தன்னுள்
வாங்கிக் கொண்ட யோனி ஒன்று
பூனையைப் போல் நழுவிக் கொண்டிருந்தது
அக்கம் பக்கம் பார்த்தபடி!!

18. அந்த கிறுக்குப் பயல் சிறகசைத்த
பட்டாம்பூச்சியை எட்டிப்பிடித்து வாயில்
போட்டுக் கொண்டான்! – நல்லவேளை
இந்த நேரம் அது ரயிலில்
அடிபட இருந்தது!

19. நம் காதல் கூவி விட்டது என்று நண்பர்கள்
சந்தோசத்தில் பட்டாஸ் போட்டுக் கொண்டிருந்தார்கள்.
அந்தக்கூட்டத்தில் நீயும் கம்பி மத்தாப்பு பிடித்து
சங்கு சக்கரத்திற்கு தீ வைத்துக் கொண்டிருந்தாய்!

20. அந்த இரவில் ஒதுக்குப்புறத்தில்
ஆய் போய்க் கொண்டிருந்தவளுக்கு
துணையாய் அவள் கணவன் பீடி
பிடித்தபடி நின்றிருப்பதைக் கண்ட
அவளின் முன்னால் காதலன்
நெஞ்சு வெடித்துச் செத்தான்!

21. மழைநாள் ஒன்றில் யாருமற்ற வீதியில்
குடை பிடித்தபடி வரும் அவளை
மழை நாளொன்றில் யாருமற்ற வீதியில்
குடை பிடித்தபடி சென்ற இவன் ஓரக்கண்ணில்
பார்த்தபடி கடந்தான்! அவளும்
ஓரக்கண்ணில் இவனைப் பார்த்தபடிதான்
கடந்து சென்றாள்! மற்றபடி அங்கு எதுவும்
நிகழாது போனதற்காய் வருத்தம் கொள்வதற்கு
முற்றிலும் நனைந்த நாய் ஒன்றிற்கு நேரமில்லை!

22. வைக்கம் முகமது பஷீரின்
பால்ய கால சகிக்கு பல்லு அத்தனையும்
போன கதை உனக்குத் தெரியுமா
கோவாலு? போச்சாது உடு
பாத்துமாவின் ஆட்டை அப்பவே
பக்ரீத்துக்கு போட்ட கதையாச்சிம்?
இப்படி ஒன்னுமே தெரியாம
இலக்கியம் எழுதுறேன்னு எப்படி
கோவாலு கிளம்பிட்டே?

23. வறுத்தெடுத்து வைத்திருக்கிறேன்
ஒரு குண்டான் வேர்க்கடலை.
இன்னுமவள் சரக்கோடு வரவில்லை!

24. சீவிச் சிங்காரித்து பெட்டைக் கோழிகள்
கடற்கரைக்கு பொறுக்க வருகையில்
கிழட்டுச் சாவல்கள் நடைப்பயிற்சியிலிருந்தன!

25. துக்க வீட்டுக்குச் சென்றபோது
சாப்பாட்டுப் பந்தி ஓடிக்கொண்டிருந்ததால்
சாப்பிடச் சொன்னார்கள்! மறுத்து நின்றவன்
கையில் டீ டம்ளரை கொடுத்துப் போனாள்
குண்டி பெருத்த ஒருத்தி!

26. கோழிக்கால் சூப்பை சாலையோர
வண்டிக்கடையினருகில் நின்றபடி
குடித்தவன் சொன்னான்.
ஒரு கவிதையை ரசித்தபடி ருசிப்பதாய்
இருக்கிறதென!
கஞ்சிக்கி செத்தவன் கவிதை விமர்சனம்
செய்தால் இப்படித்தானிருக்கும்.

27. கட்டுனா அவளைத்தான்
இல்லீன்னா கட்டுனவன்
கால்ல வுழுந்து மறுக்கா கட்டிப்பேன்னு
சூழுறைத்தவன் நகை நட்டு
உண்டுனா போடறாங்கன்னு
தெத்துப்பல் அழகியை கட்டிக்கிட்டான்.

28. இஞ்சினியர் ஆவோணும்,
டாக்டராவோணும், கலெட்டராவோணும்னு
பீத்திட்டவன் பெட்ரோல் பங்குல
சார் எவ்ளோக்கு போடறது?ன்னு நிக்கான்.

29. எழுதின வரிகள் அனைத்தும்
கவிதைகளாகவே துளிர்ப்பது கண்டு
கவிஞன் மகிழ்ச்சியின் உச்சிக்குச் சென்றான்.
தினமும் இடப்படும் உணவில்
நாலு நல்லி எலும்பும் கொஞ்சமாய்
கவுச்சி வாடையுமிருந்தால் இந்த உலகம்
வாழ உகந்தது தானென நினைத்தது டைகர்!

30. அழகாய் இருக்கிறாய்! என்றான்.
ஹீல்ஸ் பிஞ்சுடும்! முகத்தைக்
கோணிக் காண்பித்துச் சென்றாள்!
-அடுத்த வருடம் திருமணமாகி
இருவரும் பைக்கில் போவார்கள், என்கிறேன்!

31. பெண்களோடு சண்டையிட்டு
கருத்தரிக்க வைப்பது சுலபம்!
மனம் பிறழ்தவனின் முக்கியக் குறிப்பு
எந்தப் பாடப்புத்தகத்திலும் இல்லை!
சில காதல் கவிதை தொகுப்புகளில்
கண்டதாக அடிக்கோலேச்சி பிட்டர் பர்க்லி
தன் புத்தகத்தில் நிறுவுகிறார் அடிக்குறிப்புகளுடன்!

32. தன் இரண்டாவது காதலைப்பற்றியும்
அவளின் அழகு பற்றியும் சாக்னா கடை
ஒன்றில் நண்பனுக்கு ஊற்றிக் கொடுத்து

சொல்லிக் கொண்டிருந்தான்!
சற்று நேரத்திலெல்லாம் கடவுளாகிவிட்ட
நண்பன் "சீக்கிரமே அவள் வாந்தியெடுக்கக் கடவது!"
என்று சொல்லி மலையேறினான்!

33. கோவில்களில் கண்காணிப்பு காமிராக்கள்
வைத்த நாளிலிருந்து
சாமிகள் சுவரேறிக்குதித்து ஓடிவிட்டனர்!

34. மாத்திரை வில்லைகள் என்னவென்ன
பணிகள் செய்யுமென உங்களுக்குத் தெரியும்தானே!
முழுசாய் வளராத பாதிப் பிண்டத்தைக்கூட
ரத்தமும் சதையுமாய் வெளித்தள்ளிவிடும்!

35. எனக்குத் தெரியும் அது அப்படியான ஒரு
முடிவுக்குத்தான் வந்து சேருமென்று!
இனிமேல் உனக்கும் எனக்கும் ஒன்றுமில்லை!
நீ யாரோ நான் யாரோ! சொல்லிவிட்டு
கை நழுவிப் போனாள்!
விந்துத் துளிகளில் உயிர் அணுக்கள்
இல்லாத கடவுள் அறைக்கதவின்
மூலையில் நின்று சிரித்தபடியிருந்தார்!

36. போனு பண்ண மாட்டியா?
நாங் கூப்புட்டாலும் எடுக்கறதேயில்ல!
நீ எப்பயும் கூப்புடறதே இல்ல!
இனிமே நாம கட் பண்ணிக்கலானு
சொல்லீறலாம்னு தா தோணுது!
அப்பிடி நா சொல்லீட்டா
என்னடா பண்ணுவே? அழுவியா?
எனக்கு தெரியு.. நீயாவுது அழுவுறதாவுது?

உட்டுது சனியின்னு போயிடுவே தானே?
போனு பண்ணித் தொலையிடா
கருமம் புடிச்சவனே! சாவடிக்கிறீடா!

37. எனது மதுக்குவளையில்
மிதக்கிறது ஒரு யோனி! – அது
வித்யா டீச்சருடையதாகவும் இருக்கலாம்!!

38. ஒதுங்கி நின்றிருக்கும் ஒற்றைப் பனை
தன்மீது வந்தமரும் காகத்திற்கோ
ஏறி வந்தமரும் அணிலுக்கோ
காத்திருப்பதாய் நினைத்திருக்கலாம்!

39. முன்னப்பின்ன இருக்கத்தான்
செய்யும்! படிஞ்சுதுன்னா பாத்து
கூட்டிட்டு போங்க மகராஜ்!
படிஞ்சு கூட வந்ததிற்கு காலில்
கொலுசு இருக்கும் போல!

40. என்னிடம் பேச உனக்கு
ஒரே ஒரு தகுதி இருந்தால்
மட்டும் போதுமானது!
ஒரு செடியையேனும் நீ
நீரூற்றி வளர்த்திருக்க வேணும்.
அது உன்னை விட உயர்ந்து
நின்று உனக்கு ஏதேனும் தந்திருக்க
வேண்டும்! –இதுவே போதும்!

41. எல்லோருமே காதலில்
விழுகிறார்கள்
கலவியைக் குறி வைத்து!

42. காக்கா ஒன்று வீட்டின்
மீதமர்ந்து காலை நேரத்தில்
கரைந்து கொண்டிருந்தது!
‘இன்னிக்கி ஒரம்பறை வருமாட்ட!’
என்றாள் இல்லத்தரசி!

43. எல்லாருடைய வேட்டிக்குள்ளும்
வீரவாள் ஒன்றிருப்பதாக
கணேசமூர்த்தி சொல்லிப் போனான்!

44. எல்லா குரங்குகளும் ஓய்வான
நேரங்களில் தான் பேன்களை பிடுங்கும்
வேலையைப் பார்க்கின்றன!

45. அஞ்சாறு வருஷங்களாய்
புத்திர பாக்கியம் இல்லாமலிருந்தவள்
அகமஸ்தாய் கர்ப்பமாகிட
பிள்ளைப் பேறுக்கு அரசாங்க மருத்துவமனைக்கு
வந்தவள் ஒரு அம்மிக் கல்லை ஈன்றெடுத்து
மாமியா கையில் கொடுத்தாளாம்!
மாமியா கையிலிருந்த அம்மிக்கல்லும்
ங்ஙாஙாஙா! என்றதுவாம்!
பின்நவீன கவிதை ஒன்னு வேணுன்னு
கேட்டியே நீ கோவாலு!

46. மனிதர்களெல்லாம் தின்று
தீர்த்து விடுவார்களோ?
என்றஞ்சிய யானை ஒன்று
அவசரமாய் சாப்பிட்டுக் கொண்டிருந்தது
காட்டை!

47. நகர வீதியொன்றில்
எனைக் கடந்து போன
பெண்மணிக்கு மோனலிசாவின்
புன்னகை அப்பியிருந்தது!

48. சாலையில் செல்கையில்
என் சாயலில் இருந்த ஒருவனை
கடக்கையில் அவன் அதிர்ச்சியில்
மயக்கமுற்று விழுந்து விட்டான்!
எவனோ அவனுக்காய் சோடா
வாங்க ஓடினான் - அது
நானாகக் கூட இருக்கலாம்!

49. நீலவர்ண சுடிதார் அணிந்த பெண் தன்
இடது கையில் கடிகாரம் கட்டி இருப்பதைப்பற்றி
எனக்கு எந்தப் புகாருமில்லை! ஆனால் இடது
கை விரல்களை அவள் தன் மூக்கினுள்
விட்டு குடைந்து கொண்டிருப்பதில் தான்
எனக்கு பிரச்சனையிருக்கிறது!

50. பிணம் விழுந்த வீட்டில்
சண்டை நடப்பதும்
சண்டை நடந்த வீட்டில்
பிணம் விழுவதும்
உலக நியதி!

## விபச்சாரி

குறி விரைத்தவனொருவன்
பேருந்து நிலையத்தில் விபச்சாரியின்
பின் அலைந்தான். - அவனைத் தவிர்க்க அவள்
எல்லாத் திட்டங்களையும் செயல்படுத்தி
தோற்றுப்போனாள் நிலையத்தினுள்.

அவனைத் தவிர்க்க அவளிடம் பல
காரணங்கள் இருந்தன! முதலாக அவன்
மேல்சட்டை பாக்கெட்டில் எதுவுமில்லை!
அடுத்ததாக பார்வைக்கு அவன் மனநோயாளி
போன்றுமிருந்தான். போக அவன் குறி ஒரு
கழுதைக்குரியது போன்றிருந்தது!

குறிவிரைக்காத மேன்மைக்காரர்கள்
மேல் சட்டை பாக்கெட் நிரம்பியிருந்தது.
குறி விரைத்த மேன்மைக்காரர்கள்
சட்டை பாக்கெட் காலியாயிருந்தது.
இன்று விழித்த முகம் சரியில்லையென
பேருந்து ஏறினாள் விபச்சாரி.

## கண்கள் சொல்வது

ஒரு படகு மட்டும் இருந்திருந்தால்
அவளை பத்திரமாய் கூட்டிப்போய்
மறுகரையில் விட்டிருந்திருப்பேன்.
மனித சஞ்சாரமற்ற இந்த வனத்தில் வழிதவறி
எங்கிருந்து வந்து சேர்ந்தாள் என்று தெரியவில்லை.
எனைக்கண்டதும் அவள் அப்படியொன்றும்
மிரட்சியையும் காட்டவில்லை.-பின்பாக அந்த
வனத்தில் கிட்டும் கனிவகைகளை சாப்பிட்டு
இருவரும் வாழத் துவங்கியது உங்களுக்கு தெரியும்.
எங்களுக்கென்று பிள்ளைகள் பிறந்தார்கள்.
வயதான காலத்தில் எங்களிருவருக்கும் பழங்களை
கொண்டுவந்து தருகிறார்கள். ஊமைப்பெண்ணவள்
கண்கள் எப்போதும் எனக்குச் சொல்வது..
ஒரு படகு மட்டுமிருந்திருந்தால் நீ அக்கரையில்
எனை கூட்டிப்போய் விட்டிருப்பாய் தானே!

# காதலன்

**ஊ**ருச்சனம் முச்சூடும் கிணற்றைச்
சுற்றிலும் நின்றிருந்தது.
அவனுக்கும் அவர்களைப் போல்
உள்ளே எட்டிப்பார்க்க தவிப்பிருந்தும்
'முடியுமா?' எனத் தெரியாமல் நின்றிருந்தான்.

பாதாள சோதியில் தேடுதல் வேட்டை
நிகழ்த்தியவர்கள் சோதியில் எதுவோ
இப்போது மாட்டியிருப்பதாய் கத்தினார்கள்.
இவனுக்கு இருதயத் துடிப்பு வேகமெடுத்தது.
ஊர்சனத்துக்கு பரபரப்பு கூடிக் கொண்டது.

'அதா பொணம் மேல வருது மேல வருது'
மேலே வந்த பிணத்தைக் கண்ட ஊருச்சனம்
'அட நம்ம ருக்குமணியே தான். அடப்
பேரெழவு புடிச்சவளே இப்பிடியா உனக்கொரு
சாவு வந்து சேரோணும்?' என்றது ஒருமித்த குரலில்.

இவனும் கடைசியாய் ஒருமுறை எட்டிப்
பார்த்துவிட்டு வடக்கே நடக்கத் துவங்கினான்.
பெருந்துறை பேருந்து நிலையத்தில் ஈக்கள் சுற்ற
அழுக்குத்துண்டினால் விரட்டிக் கொண்டிருக்குமவன்
கடைசியாய் ருக்குமணியை பார்த்தவனாயிருக்கலாம்!

## வேசிகளின் கவிதை

**உ**றை போடச் சொல்லி வற்புறுத்துகிறாள்
அந்த பூனைக் கண் வேசி!
உறையை பக்குவமாய் உருட்டிச் சென்று
மாட்டுகிறாள் உதடு தடித்த வேசி!

சரியில்லையென இடையில் உறையை
உருவிச் செருகியவனை உருட்டித் தள்ளி
உதைக்கிறாள் புட்டம் பெருத்த வேசி!

உறையோடு வராத பெரியவருக்கு ஜாக்கெட்டினுள்ளிருந்து
எடுத்துக் காட்டிச் சிரிக்கிறாள் காறைப்பல் வேசி!
உறையோடு உறுப்புக்குள் நுழையும் குறிகளை
மகிழ்வாய் ஏற்கும் மகராசிகள் மத்தியான
நேரங்களில் மாங்கொட்டை சூப்புகிறார்கள்
சப்புக் கொட்டியபடி!

சங்கரனுக்கு பூனைக்கண் வேசி மீது ஒரு கண் இருந்தது.
புட்டம் பெருத்த வேசி மீதும் ஒரு கண் இருந்தது.
சங்கரனுக்கு வேசிகளல்லாதவர்கள் மீதும்
கூட ஒரு கண் இருக்கத்தான் செய்தது.

## நடக்குதே!

நம்ம மாப்ளைக்கி என்ன தெரியுஞ் சொல்லு
அவம்போயிப் பண்றான் அஞ்சாறு.
குடி மட்லுந்தா அவங்கிட்ட பெரிய வீக்னெசு.
பொஞ்சாதி எவங்கூடயு நின்னு பேசிடப்புடாது
எவுனும் பொஞ்சாதிக்கு போனு பண்டிடப்புடாது
கண்ணுச்சூட்டுக்குள்ள வெச்சு காக்குறானாம் பொஞ்சாதிய
பாக்குறவனெயெல்லா அந்த மவொ
அண்ணா லொண்ணான்னு தா வாத்தைக்கொருக்கா
போட்டுப் போட்டுப் பேசுறா.
கூடவே நின்னுருப்பான் மாப்ளெ
அண்ணம் போனதீம் புடிச்சுக்குவான் கச்சேரிய.
அவனுனி நம்பூட்டுப்பக்கம் வரப்புடாது பாத்துக்கொ
வாயக் காதுவரெ வெச்சுட்டு நாயமசுரு பேசுனா
அவன் வரத்தான் செய்வான்.
அண்ணாவாம் அண்ணா
அவம் பாக்கான் அப்பப்ப உன் இடுப்பெயு மாரெயு.

"அட ஈனப்பய மவனே!
எவங்கூடப் பேசுனாலும்
அவங்கூட படுக்கறதாடா எம்பட வேலெ?
நீ எவனாச்சி ஊட்டுக்கு போனா அப்புடித்தா பாப்பியா?
உம் பொறவுக்கே தான நாளு முச்சூடுஞ் சுத்துறேன்
அந்தண்ண பாவம்டா.
அப்புடித்தா அந்தண்ணங்கூட
படுத்தா உன்னால மசுரயாடா புடுங்க முடியு?
கொன்னு போடுவியா? கொல்றா பாப்போ!
ஊருல இல்லாத அதிசீமா கல்யாணம் பண்டீட்டானாம்"

# அந்த ஒன்று

துவைத்து அலசி காயப்போட்ட துணிகளை
நனைத்துக் கொண்டிருந்தது
மழை என்று சொல்லப்பட்ட ஒன்று.

எழுதி வைக்கப்பட்ட தாள்களை மூர்க்கமாய்
இழுத்து வெளியே விசிறியது
காற்று என்று சொல்லப்பட்ட ஒன்று.

எப்போதும் போல் விடிந்ததும் சாலைக்கு
ஓடிய டைகரை நசுக்கிக் கொன்றது
பேருந்து என்று சொல்லப்பட்ட ஒன்று.

நன்றாகப் படித்துக் கொண்டிருந்த பாலானை
பத்தாங்கிளாஸில் தேறவிடாமல் செய்தது
காதல் என்று சொல்லப்பட்ட ஒன்று.

எலுதிங்கள்பட்டியில் கணவனின் சந்தேகப்புத்தியால்
பாதிக்கப்பட்ட காயத்ரி தூக்குப் போட உதவியது
கயிறு என்று சொல்லப்பட்ட ஒன்று.

எல்லோரையும் பிச்சைக்காரர்களாக்கி வேடிக்கை மயிர்
பார்க்க இப்போது தான் வந்திருக்கிறது இந்தியாவில்
மறுக்காவும் சொல்லமாட்டேன் என்று மறுக்கின்ற ஒன்று.

# மட்டையாட்டம்

இடதுகை வீச்சாளனால் வீசப்பட்ட
அரைக்குழிப் பந்தை வலதுகை மட்டையாளன்
விக்கெட்டை இழந்து விடுவோமோ என்ற
அச்சம் ஏதுமின்றி மட்டையை விசிறியடித்தான்.
மட்டையின் நடுமையத்தில் பட்ட பந்து
ஒருகுதி இரண்டுகுதியென குதித்தோடி
எல்லைக்கோட்டைக் கடக்காமல் உயரப் பறந்து
சென்று பார்வையாளர்கள் பகுதியில்
வெறித்தனமாக கத்திக் கொண்டிருந்த நபரின்
மண்டை நோக்கிச் சென்றது!

அதையும் அவர் லபக்கெனப்பிடித்து
இரண்டு விரல்களை தொலைக்காட்சிப்
பெட்டி பார்வையாளர்களுக்குக் காட்டினார்.
கூட்டம் ஆரவாரித்தது! -அவருக்கும் அருகமர்ந்து
குச்சி ஐஸ் சப்பிக்கொண்டிருந்த மட்டையாளனின்
முன்னால் காதலி இன்றிரவு அவனுக்கு ஒரு
அலைபேசி அழைப்பை வைக்க வேணுமென நினைத்தாள்.

அடுத்த அரைக்குழிப் பந்தையும் எல்லைக்கோட்டுக்கு
வெளியே அனுப்ப நினைத்து பந்து மட்டையில் படாமல்
குச்சியைப் பதம் பார்க்கவே மட்டையாளன் மண்டையை
தொங்கப் போட்டுக் கொண்டு சென்றான்.

பந்து வீச்சாளன் எதிரணிக்காரன் என்றாலும்
திட்டத்தை மாற்றிக் கொண்ட மட்டையாளனின் முன்னால்
காதலி பந்து வீச்சாளனுக்கு குறுஞ்செய்தியை
அப்போதே தட்டினாள்.
"இன்றிரவு நாம் சாப்பிடலாம் அருகமர்ந்து!"

## புரியலன்னா பிரச்சனையில்லீங்!

நாவிதனின் சவரக் கண்ணாடிகள் ஊரெங்கிலும்
சிதறிக் கிடந்த பொழுதில் கழுதைகளின் வரிசை ஒன்று
தேரைகளை நசுக்கிச் சென்று கொண்டிருந்தன.
தவளைகள் அழும் மாலையில் உள்ளூர்
வன்னானின் பொதிமூட்டையை வன்னாத்திப்பூச்சிகள்
கவ்வி இழுத்தோடின தம் புற்றுக்கு.

பொதிகளில் திரிந்த சீலைப்பேன்கள் ஒவ்வா இடமென
தம் இருப்பிடம் தேடி கண்ணாடித் துணுக்குகளில்
தம் முகம் கண்டு மருண்டு மாண்டன.
செவ்வரளிப்பூவை கவ்வும் நோக்கமாய்
வரிப்புலியொன்று பம்மித் திரிந்தது சுடுகாட்டு கொட்டகையில்.

ஊரெங்கிலும் கிடக்கும் கண்ணாடித்துணுக்குகளை
கூட்டிப் பெருக்க முத்தாயிக் கிழவி துடைப்பத்தோடு
அலைந்தாள் ஒற்றைப் பனையோரம்!
பூனைகளின் அழுகுரல் ஓசை ஊரெங்கும்
சிலருக்கு பேதியை கிளப்பிற்று! கழுதைகளின் வரிசை
கிராமத்தின் கடைசிக் குடிசையோடு முடிந்து
போகையில் வானம் இடறி மழைக்கான வேளை துவங்கிற்று!

இருட்டுப் பொந்தினுள்ளிருந்து எட்டிப்பார்த்த
பெருக்கான் ஒன்று கண்ணாடிப் பிசிறொன்றைக் கவ்வி
இழுத்தோடிப் போனது பொந்தினுள்.
மழை கொட்டப் போகிறதென எறும்புகள்
வரிசையொன்று ஊருக்குள் நுழைந்த சமயம்
நாவிதன் போதையில் மல்லாக்க கிடந்தான்

கருப்பசாமி கோவிலினுள் சிம்னி
விளக்கொளி யார் பற்ற வைத்ததென தெரியாமல்
எரிந்து கொண்டிருந்தது. இன்னும் கொடாப்புகளுக்குள்
நுழையாத கோழிகள் தங்கள் சிறகுகளை
உதிர்த்து விளையாடிக் கொண்டிருந்தன.
ஒற்றைக்கண் காகமொன்று வேப்பை
உச்சியில் அமர்ந்து கரையும் சமயம்
நிலா அந்த மேகத்தினுள் மறைந்தாள்!

# படிமம் குறியீடு

என் கவிதைக்குள் கிழவனொருவன் தூக்க முடியாமல்
துக்கி வந்து பாறாங்கல்லை போடுவது போல
போட்டான் படிமத்தை! - இனி கவிதைக்குள்ளிருந்து
இந்தக் கருமத்தை நகர்த்துவதென்பது முடியாக்
காரியமென நினைக்கையில் தலையிலிருந்த
உருமாலையை அவிழ்த்து கூலி கேட்டு நின்றான் கிழவன்.
எழுதப்படும் போதே செலவீனம் வைக்கும் கவிதையை
யாரேனும் எழுதியுள்ளனரா? -இதோ எடுத்து வருகிறேன்
என்று வீட்டினுள் நுழைந்து கடுகு டப்பாவினுள் விரல் விட்டு
மனையாளின் பத்து ரூபாயை தூக்கி வந்தேன்.
வாசலில் கிழவனோடு யுவதி ஒருத்தி நின்றிருந்தாள்.
தன் உள்ளங்கையை விரித்து கவிதைக்குள் குறியீட்டை
பறக்க விட்டாள் அவள்! -பறந்து வந்த குறியீடு
கவிதையின் தலைப்பில் அமர்ந்து கண் சிமிட்டியது.
கிழவனும் யுவதியும் ஆளுக்கு ஐந்து ரூபாய் என
பிரித்துக் கொள்வதாய் சொல்லிச் சென்றனர்.
இப்போது கவிதையை வாசித்துப் பார்க்கையில்
கவிதை போல் இல்லையென்பதை
சொல்லியாக வேண்டும்!

## நாய்வால்

**க**டைசியாக வாலும் முளைத்த பிறகு முழுதாய்
நான் நாயாக மாறிவிட்டிருந்தேன். -என்
மனைவி குழந்தைகளுக்கு அடையாளமேதும் தெரியவில்லை.
எங்கிருந்தோ வழிதவறி வந்த கடுவன் நாய்
என்றும் ராஜா என்று பெயர் வைத்தால் கூப்பிட
சுலபமென்றும் என் மனைவி குழந்தைகளுக்கு சொன்னாள்.

பெயர் வைக்கிறாள் பார்! சரி அவர்கள் இஷ்டமது.
மகிழ்ச்சியை தெரிவிக்க வாலை ஆட்டிக் காண்பித்தேன்.
எனக்கென வீட்டின் பின்புறத்தில் பழைய
தேக்சாவில் ரேசனரிசி உணவிட்டார்கள்.
எந்தத் திருடனும் திருடிப்போக வீட்டில் ஏதுமில்லையாதலால்
காவலை பலப்படுத்த அவசியமேயில்லை.

எங்கு வெளியில் சுற்றினாலும் சாப்பாட்டு நேரத்திற்கு
சரியாய் வந்து சேர்ந்து விடுவேன் -நேராய்
சோத்துக் குண்டானுக்குத்தான் ஓடுவேன்.
குண்டானில் சோறு இல்லையென்றால் வாசலுக்கு வந்து
முனகுவேன்! -என் வால் சுருண்டிருப்பதைப் பற்றி
பக்கத்து வீட்டாரிடம் பேசிய மனைவி 'ஊட்டுக்கு ஆவாதே'
என்ற வழமொழி கேட்டு ஆள்வைத்து என் வாலை முட்டியில்
வைத்துத் தறித்தாள். -வலியில் நான் வாள் வாளென
கதறி ஊர்த்தெருவில் ஓடி காணாமலானேன்.

வாலில்லாமல் மற்றவர்களிடம் என் மகிழ்ச்சியை
தெரிவிக்க இயலாது தான்.- பசிக்கு ஒரு சுண்டெலியைக்

கூட பிடிக்க இயலாத நான் வீடு வந்து சேர்ந்தேன்.
“ராஜா ஒரே வாரத்துல இளச்சிப் போச்சு” என்றாள் மனைவி.
சோத்துக் குண்டானுக்குத் தான் ஓடினேன். -அங்கே
வேறொரு குட்டிநாய் படுத்திருந்தது!
எனக்கு வந்ததே பாருங்கள் கோபம்!

## வசதியற்றவன்

இவன் காமுற்றிருக்கும் தருணங்களில் சாலையில்
இலவச கண்சிகிச்சை முகாம் நடைபெறுமிடத்தையும்
தேதியையும் ஒலிப்பானில் சொல்லியபடி ஆட்டோ செல்கிறது.

இவன் நோயுற்றிருக்கும் தருணங்களில் சாலையில்
அவசர சிகிச்சை வேன் வெளி ஒலிப்பானை
ஒலித்துக் கொண்டு செல்கிறது.

இவனுக்கு பசியாய் இருக்கும் தருணங்களில் சாலையில்
சொட்டுநீர் ஊற்றிக் கொள்ளச் சொல்லி ஒலிப்பானில்
அலறிக் கொண்டு ஆட்டோ செல்கிறது.

இவன் துக்கமாய் இருக்கும் தருணத்தில் எம் எல் ஏ
சற்று நேரத்தில் வரப்போவதாய் ட்ரம்ஸ் அடிக்கிறார்கள்.

இவன் உயிர் மிஸ்டு கால் தரும் தருணங்களில் இவன்
அலைபேசியில் அஞ்சு பைசா இருப்பதில்லை.

இவன் மகிழ்ச்சியில் இருக்கும் தருணத்தில் உள்ளூர்
திருவிழா துவங்கி விடுகிறது. -வெற்றுக் கையில்
முழம் போட வசதியாய் திண்ணையில் முதுகை
முட்டுக் கொடுக்கிறான்.

## ஞானும் பின்னே அவனும்!

அந்தக் குழந்தையின் பெயர் ஷாராஜ் என்றார்கள்.
என் அம்மா சாய்ராஜ் என்றே எப்போதும் விளிக்கும்.
உன் பெயரென்ன செல்லம்? என்ற கேள்விக்கு
ஷாராஜ் ஃப்ரம் வேலந்தாவளம்! என்றே அது சொல்லும்.
அந்தக் குழந்தை ஒரு நாள் பட்டாம்பூச்சி ஒன்றைப்
பிடித்து கையிலிருந்த பிளேடில் கூறு போட்டுக்
கொண்டிருக்க, நானோ தென்னை மட்டை எப்போது
என் தலையில் கழன்று விழுமென தென்னை
உச்சியைப் பார்த்தவண்ணமிருந்தேன். திடீரென
யாரோ அடித்து வைத்து விட்டது போல் கீழே
உருண்டு நான் குட்டியாக்கரணம் போட்டதும்
ஷாராஜ் குழந்தை பிளேடை வீசியெறிந்து விட்டு
வயிறு வலிக்கச் சிரிக்க ஆரம்பித்தது! அன்று
என்ன திகதி என்பது என் மாமியாளுக்கும் என்
மாமனாருக்கும் இன்றுவரை தெரியத்தானில்லை!

## கவலை

என் வீட்டுக்கு வெளியே சற்றுத்தள்ளி
காம்பௌண்டு சுவர் இருக்கிறது.
உள்ளே நிழல் தரும் மரங்களும்
காய்கள் தரும் முருங்கைகளும் கூட!
காம்பௌண்டுக்கு வெளியே
வாகனப் போக்குவரத்து சாலையுமிருக்கிறது.
சற்று தள்ளிப் போனால் கடைவீதி கூட.
வீட்டினுள் பார்த்தால் வீட்டுக்கு தேவையான
பொருட்களும் ஆடம்பரத்துக்கு என்று தனியேவும்
இருக்கிறது. - என் வீட்டின் நேர் எதிர்க்கே
ஒரு டாக்டரும் அவரது கல்லூரி செல்லும்
மகள் லாவண்யாவும் கூட இருக்கிறார்கள்.
லாவண்யாவின் அம்மா அவளுக்கு அக்கா
மாதிரி தான் தோற்றம்! இத்தனையிருந்தும்
இந்தக் கவிதைக்குள் ஒன்றுமில்லாமல்
போனது குறித்து இந்த கீபோர்டு கவலையுறுகிறது.

## காதல் கவிதை

செல்லுமிடமெல்லாம் பழகிய நாயைப் போன்று பின் தொடர்ந்தும்
கூடடைந்த பின்னும் இரவு விளக்கு அணையும் வரை
தெருமுனையில் தந்திக்கம்பமாய் நின்றும்
விடிகாலையில் கோலமிடுகையில் நடைப்பயிற்சியென நடந்தும்
கோவிலுக்குச் செல்லுகையில் பக்திப் பரவசமாய்
நெற்றியில் விபூதியோடு பின் சென்றும்
எப்போதேனும் தலையிலிருந்து கழற்றி வீசிய
வாடிய மல்லிகைச் சரத்தை யாருமறியாவண்ணம்
எடுத்தோடி பதுக்கி வைத்து நுகர்வதும்
கல்லூரி செல்கையில் பரிதாபம் கொள்ள வைக்க
போதுமான துக்க முகபாவனையுடனும்
இப்படி எப்போதும் தவியாய் தவித்தவனின்
உயிர்க்காதல் இருட்டில் அமரவைத்து
இருமார்புகளையும் வலது கையால்
கசக்கிக் கொண்டிருக்கையில் துக்கம் பீறிட்டு
தண்டவாளத்தில் எதிர்க்கே வரும் ரயில் நோக்கி ஓடிற்று!

## கடற்கரைக்கவிதை

இருள் சூழ்ந்து கொண்டிருந்தது!
அலைகள் வேகவேகமாய் கரை தொட்டு
திரும்பச் சென்று கொண்டிருந்தன.
எனக்கும் சற்று தூரத்தில் ஜோடியாய்
கள்ளக் காதலர்கள் போலும்
இருட்டு கட்ட வேண்டுமென
அமைதி காத்திருந்தவர்களிடமிருந்து
முத்தச் சத்தம் இங்குவரை கேட்டது! -கள்ளக்காதலியின்
முனகல் சப்தம் வேறு என்னை மாபெறும் தொந்தரவுக்கு
உள்ளாக்கியது. -கண்களைத் தேய்த்துக் கொண்டு
உற்று நோக்கினேன்,
அவர்கள் மணலில் சாய்ந்து விட்டார்கள் போல.
இந்தக் குருட்டுக் கண்ணுக்கு ஏதாவது சுத்தமாய்த்
தெரிகிறதா ஒன்னா? கடைசிக்கி கையில் கிடைத்த
எதை வைத்தேனும் அவர்கள் தலையில் போட
எழுந்தவனை இழுத்து மடியில் கிடத்தினாள் இந்த நேரம்
வரை முகத்தை திருப்பிக் கொண்டு பேசாமலிருந்த
என் கள்ளக்காதலி!
இன்று மழை வராது. ஆமென்!

# வாய்ப்பிருக்கிறது

**நா**ன் பிணவறையில் கிடக்கையில்
நீ உன் புருசனை உதைத்துக் கொண்டிருக்கலாம்
திரையரங்கில் வரிசையில் நின்றிருக்கலாம்!
வயிற்றுப் போக்கில் அவதியுற்றிருக்கலாம்.
இட்லிக்கி சட்னியை அரைத்துக் கொண்டிருக்கலாம்.
சளியைச் சிந்தி உதறி பின்பாகத்தில் தேய்த்திருக்கலாம்.
அஞ்சு கிலோ அரிசியை தலயில் சுமந்து வந்திருக்கலாம்.
செத்துப்போன என்னை நினைத்து திட்டியிருக்கலாம்.
போக பிணவறை நோக்கி நீ வந்துகொண்டுமிருக்கலாம்!

## கதைதாம்

நூறுநாள் வேலைத்திட்டத்தில் சாலையோரம்
பில் செதுக்கும் ஆட்களுள் எப்போது அந்த வழக்கம்
துவங்கிற்றென்று தெரியவில்லை. -நூறாவது
கடைசி நாளை சந்திக்கும் நபர் சகபணியாளர்களுக்கு
மிட்டாய் வழங்கி மகிழ்ச்சியுறுவது. -பிரியாமணி
தன் நூறாவது நாளில் வீட்டிலிருந்து நூறு பஜ்ஜிகள்
சுட்டெடுத்து வந்து கொடுத்தாள். -வசந்தாமணி
தன்நாளில் அவள் மரத்திலிருந்து பறித்த நூறு
கொய்யாப்பழங்களை கொண்டு வந்து கொடுத்தாள்.
புவனேசுவரி இளம் விதவை.
அவள் மாமியாரோ நோயாளி.
கட்டிவந்த மாரன் ஒருவருடத்திற்குள்
விபத்தொன்றில் போயிருந்தான்.
அவள் ஏதேனும் கொண்டு
வந்ததற்கான அறிகுறிகள் தெரியவில்லை மற்றவர்களுக்கு.
'அட ஒருரூவா சாக்லெட்டாச்சிம் வாங்கி கொணாந்திருக்கலா!'
மாலையில் பணிமுடித்து கிளம்புகையில் தன் சட்டியில்
முடிச்சு போட்டு வைத்திருந்ததை பிரித்து ஆளுக்கு
ஐந்து ரூவா காசுகளை கொடுத்தாள் புவனேசுவரி.
உண்டியலை உடைத்தெடுத்து வந்தாளாம்.

## நினைப்பு

**உ**னது கள்ளப்புருசனுக்கு மீசை
மயிரில் நாலஞ்சண்ணம் வெள்ளை
நிறத்தில் இருப்பது பற்றியான
கவலையில் நீ இருக்கையில்,
மீசை நரைத்தாலும் ஆசை நரைக்காது!
என்ற சொலவடையை ஞாபகப்படுத்திக்
கொண்டு புன்முறுவல் பூத்தாய்! – உன்
வளர்ப்பு மிருகமான பூனை தன் வாலை
உன் இடுப்பு மடிப்பில் உரசி
நின்றிருந்தது அச்சமயத்தில்!

# இந்த வாழ்வு

மல்லாக்கப் படுத்து சூரியனைப்
பார்த்து காறித் துப்புவது
போன்றது தான் இந்த வாழ்வு!
0
யாரோ தலை மீது கல்லைப் போட
துரத்தி வந்த வண்ணமே இருப்பது
தான் இந்த வாழ்வு!
0
விந்துத் துளிகளில் உயிர்
அணுக்கள் இல்லாத கடவுளிடம்
கையேந்தி இறைஞ்சி நிற்பது
தான் இந்த வாழ்வு!
0
தன்னை மட்டுமே காப்பாற்றச்
சொல்லி கோவிலை வலம்
வருகையில் தடுக்கி விழுந்து
பல்லை உடைத்துக் கொள்வதே
இந்த வாழ்வு!
0
மஞ்சுக் கோழி ஒரே அடையில்
பதனஞ்சு குஞ்சுகள் பெற்றெடுத்து
அழைத்துப் போவதும் இந்த
வாழ்க்கையோடு சேர்த்தி தான்.
0

# முதல் வரி

இங்கு என்னைச் சுற்றிலும் எல்லாமே
சுகமாகவே இருக்கிறது!
கார்க்காரர்கள் ஹாரன் அடித்து
சைக்கிள்காரர்களை ஒதுங்கச் செய்து
ஓரமாய்ச் செல்கிறார்கள்! –இருசக்கர
வாகனங்கள் மிதமான வேகத்திலேயே
சாலையில் பயணிக்கின்றன!
லூசுக் கிழவி எப்போதும் போல
மேலாடையை தெருவில் இழுத்துக்
கொண்டே சாலையைக் கடக்கிறாள்.
டீக்கடைப்பையன் பத்திரமாய் டீ நிரம்பிய
கண்ணாடி டம்ளர்களை டெய்லர் கடைக்கு
தூக்கிச் செல்கிறான்! – பேருந்து நிறுத்த
நிழற்குடையில் எங்கு செல்வதெனத் தெரியாமல்
பேருந்திற்காய் காத்திருக்கும் பாவனையில்
அமர்ந்திருக்கும் நான் உனக்காக எழுதப் போகும்
கவிதையின் முதல் வரியை இப்படி
ஆரம்பிக்கிறேன்! நீ இப்போது உனக்கான
புதிய காதலனை கண்டறிந்து விட்டாயா
மூஞ்சிப் புத்தக வாயிலாக?

# கள்ளக்கவிதை

யாராச்சிம் எதுனாச்சிம்
சொல்லுவாங்களோன்னு
சாமத்துல காட்டுப்பக்கமா
அவுங்க அலைபேசி விளக்கோட
லப்பரு செருப்பத் தொட்டுட்டு
வந்துட்டு போயிட்டு தா இருக்காங்க!

ஊருக்கே விசயம் தெரியுமின்னு
பாவம் அவிங்களுக்கு தெரியாது!
தெரிஞ்சா உசுரை உட்டுருவாங்க அவுங்க!

மாகாளியாத்தா... அப்பிடிக்கிப்பிடி
ஆயிடாம அவுங்கள பக்க
துணையிருந்து பாத்துக்கோ!

## அவங்களுக்குள்ள அதுவாமா

இந்த இடத்தில் தான்
நாங்கள் முந்தைய காலத்தில்
சந்தித்து சும்மாவுக்கேனும்
பேசி மகிழ்ந்து கொண்டிருப்பதாய்
நம்பி சந்தித்தபடியிருந்தோம்!

இந்த இடத்திற்கு காலம் போன
கடைசியில் கொஞ்சம்
மூச்சு வாங்க வந்து சேர்ந்திருந்தேன்!
அந்த இடத்தில் புதிய விசயங்களாய்
எதுவுமேயில்லை! அப்போதைக்கு
இருந்ததைப்போலவே கோரைப்புற்கள்
தரையில் காய்ந்திருக்க நிழல் தர மறந்து
நின்றிருந்தது மலங்கிலுவை!
சுற்றுப்புறமெங்கிலும் அதே
திருகுகள்ளிகள்!

வாழ்ந்தால் இவனோடு தான் என்ற
நம்பிக்கையில் எனை நீ அப்போது
தேடி மகிழ்ந்து ஓடோடி இவ்விடம்
வந்தமர்ந்திருக்கலாம் எனக்காக காத்திருந்தபடி!
அல்லது இப்போதைக்கி இவன் தனக்கு
போதுமானவன் என்றெண்ணியும் எனக்கு
நம்பிக்கை தருபவளாய் வந்திருக்கலாம்!

ஆனால் எந்த நம்பிக்கைகளும் இருவரிடமும்
இல்லையென்பதும் சும்மாவுக்கேனும்
முத்தமிட்டுக்கொண்டிருக்கவும் ஊரானது
சிலகாலம் ‘அவங்களுக்குள்ள அதுவாமா!’
என்று மென்றுகொள்ளும் விசயமாகவும்
இருக்கத்தான் ஆசைகொண்டிருக்கிறோம்!

என்ன இருந்தாலும் இந்த இடத்தில் நாம்
நம் பிறந்த நாள் சமயத்திலேனும்
ஒரு வேப்பை மரமாவது நட்டு வைத்திருந்தால்
இந்த நேரம் நான் நிழலில் நின்றிருந்திருப்பேன்!

## மரண நிகழ்வு

தூக்கத்திலிருந்து விழித்தெழுகையிலெல்லாம்
தூக்கத்திலேயே போயிருந்தால் எதுவும்
ஞாபகத்திலிருக்காதல்லவா! என்றே தோன்றுகிறது.

இன்றைய தூக்கத்திலிருந்து விழித்தெழவே கூடாதென
ஒவ்வொரு இரவிலும் கட்டிலில் சாய்கையில்
அதீத போதையில் உலறிக்கொட்டுகிறான் அவன்.

அவன் மனைவியோ இரண்டு நாட்கள்
பதட்டப்பட்டு மூன்றாம் நாளிலிருந்து
சிரிக்கத்துவங்கி விட்டாள் இவனைப்பார்த்து!

ஒரு மனிதனின் மரணத்தை
கயிறுகளோ, தண்டவாளங்களோ, விஷமருந்துகளோ
தீர்மானிப்பது சிலசமயங்களில் நடந்தேறிவிடுகிறது!

துக்கம் நடந்த ஊரின் வீதிகளில்
மரணமடைந்தவனின் புகைப்படங்கள்
சாலைகளில் செல்வோரை துக்கம் நிறைந்த
கண்களுடன் பார்க்கிறது!
அடுத்து நானோ?வென பதைபதைத்து
வண்டியை முறுக்குகிறார்கள் மரணமடைந்தவனை
அறியாத ஜனங்கள்!

பட்டாசுகளின் தொடர் வேட்டுச்சத்தம் கேட்டு
கட்டிலிலிருந்து எழுந்தவன் தன் துணையிடம் விசாரித்தான்..
என்னை எரிப்பார்களா? புதைப்பார்களா?
துணைவி மதியநேரமென பார்க்காமல்
சிரிக்கத்துவங்கினாள்!

## தேவை நம்பிக்கை

யானையொன்றை தன் இடுப்பில் குழந்தையை
போன்று தூக்கிச்சென்றவள் அதன் தும்பிக்கையை
தன் கழுத்தில் சுற்றிக்கொள்ளப்பணித்திருந்தாள்!

முன்பாக இதே வீதியில் ஒட்டகமொன்றை
உருமாலைக்கட்டணிந்த நடுத்தர வயதினன்
தன் தலைமீது கூடையொன்றை தூக்கிச்செல்லும்
அவசரத்தில் ப்ளைட் பிடிக்கச் சென்றிருந்தான்.

பொழுது போகலையென
கோவில் திண்டில் அமர்ந்திருந்தவர் - தனக்கான
ஜோடிகள் அனைவரும் கட்டிலில்
கிடைசேர்ந்த வருத்தமுடன் பாதையில் பாரமுடன்
பாரா முகமாய் பதட்டத்தோடு செல்லும் சுமை
சுமப்பவர்களைக்கண்டு எந்தவித
பாடுகளையும் மனதளவில்கூட நினைக்கவில்லை!

இருள்சூழ்ந்துவரும் நேரத்தில் புரையேறிய கண்களை
வைத்திருந்த அவர்
தன் செல்லப்பிள்ளையான
கெழட்டுச்சிங்கத்திடம் "போலாமாடா காட்டு ராசா!'
என்று ஒற்றை வார்த்தை சொல்லிவிட்டு தூக்க முடியாமல்
கையில் ஏந்திக்கொண்டே தன் குடிசை நோக்கி
பயணப்பட்டார்!

## பிணக்கவிதைகள்

ஒவ்வொருவருக்கும் தெரிந்திருக்கிறது
கடைசியாக ஐந்து குச்சிகள் குறுக்கே
கட்டப்பட்ட பாடை ஒன்றில் படுத்தபடி
ஊரின் கடைகோடிக்கு கோடித்துணி
போர்த்தி போவோமென்று!
000

இடுகாட்டில் புதைக்கப்பட்ட
பிணக்குழிக்கு அருகிலேயே
அந்தப் பிணம் சாப்பிட்ட மருந்து
வகையறாக்கள் டானிக் பாட்டிகளை
தலைமாட்டுக்கு அருகில் போட்டு
திரும்பிப் பாராமல் வருதல் மரபாம்!
000

குழி வெட்டவும்..
பாடைக்குச்சிகள் வெட்டவும்
ஒவ்வொரு கிராமத்திலும்
நான்கு அல்லக்கைகள்
இருக்கத்தான் செய்கிறர்கள்..
அரைக் கட்டிங்குக்கும்
கொஞ்சம் மிச்சருக்கும்!
000

குழிக்குள் கிடக்கும் பிணம்
குடிகாரப் பிணமென்றால் உறவில்

யாரேனும் ஒரு கோட்டர் பாட்டிலையும்
நாலு பீடிக்கட்டுகளையும் குழிக்குள்
போட்ட பிறகு தான் மண்ணைத்
தள்ளுகிறார்கள்!
சம்பிரதாயங்கள் தொடருகின்றன
ஒவ்வொரு கிராமங்களிலும்!
000

மதிய வேளையிலோ
இரவு வேளையிலோ
ஒவ்வொரு இடுகாட்டையும்
தனித்து கடந்து செல்பவர்கள்
ஒரு கட்டுக் கதையை கிராமம்
முழுக்க சோடித்து சொல்லுவார்கள்!
'ராமசாமி அண்ணன் எங்கிட்ட
ஒரு தம் இருந்தா குடுத்துட்டு
போ ராசுன்னுச்சு!' என்று!
000

ஒவ்வொரு பிண வீட்டிலிருந்தும்
பிணம் கிளம்புகையில் பெண்கள்
ஒப்பாரி வைத்து தாட்டி அனுப்புகிறார்கள்!
பிணம் வீதி கடந்ததும்..ஒப்பாரியை
நிறுத்தி விட்டு
யக்கோவ்! ஊடு போயி ஒரு வா
டீத்தண்ணியாச்சிம் வெச்சி குடுச்சுட்டு
ஓடியாந்தர்றேன்! என்று காணாமல்
போகிறார்கள்!
000

## கொரனா பொழுதுகள் 2021

மீண்டும் ஒரு வாழ்வை குட்டிச் சுவற்றினுள்
இருந்து தான் துவங்க வேண்டுமென்கிற
கருத்தை இவன் பதிவு செய்கிறான் முகநூலில்!
"பத்திரமாக அதனுள்ளேயே இரு!" என்றொரு
பதிலை தூர தேச நண்பன் இடுகிறான்.

பக்கத்து ஊர் நண்பன்,
'ஓட்டுப் போட்டீல்ல..அனுபவி!'
என்று பதிலிட்டு மறைகிறான்.
சம்மந்தமே இல்லாமல் வடிவேலுவின்
புகைப்படத்தையிட்டு மறைகிறது ஒரு ஃபேக்!

சாலையில் செல்லும் வாகனங்கள் எல்லாம்
நிச்சயமாக கழுதை மூத்திரத்தில் தான்
குஷியாய் ஓடுகின்றன! என்றொரு பதிவை
இடுகிறானிவன் நான்கு மணிநேரம் கழித்து!

திரும்பவும் நண்பர்கள் அனைவரும் ஓடி வந்து
ஆளுக்கொரு செய்தியை இவனுக்கு தெரிவித்துப்
போகிறார்கள்.
"உன் மூத்திரத்திலும் அது ஓடும்!" என்று
பதிவிட்டுப் போயிருந்தான்
பக்கத்து ஊர் நண்பன்.

கொரனாவுக்கு ஆவிபிடித்தல் தான்
சரியான வழி! என்றொரு பதிவை இட்டிருந்தான்

பக்கத்து ஊர் நண்பன்! -அவனுக்கும்
பலர், தவறான தகவலென்றும்
சரியான தகவலென்றும் பதிலிட்டுப் போயிருந்தார்கள்.

'ஒருவாரம் தொடர்ந்து ஆவி பிடிக்கையில்
விரை வீக்கம் ஏற்பட்டு உயிருக்கு ஆபத்து வரும்'
என பதிலிட்டு விட்டு முகநூலிலிருந்து வெளியேறினான்
இவன்.

## மாம்ஸ்

மாமா பத்து வயதாயிருக்கும் வரை
படுக்கையில் மூத்திரம் பெய்து விடுவதை
நிப்பாட்டவே இல்லையாம்! ‘
பொறுத்துப்பார்த்த அப்பிச்சி மாமாவின் குஞ்சில்
தவளை ஒன்றை கட்டி விடுவதாய்
சொன்ன அன்றிலிருந்து
மாமா படுக்கையில் மூத்திரம் பெய்வதை
நிப்பாட்டினாரென்று
அம்மா ஐம்பது வயதில் என்னிடம்
சொல்லிக் கொண்டிருந்தபோது
ஐம்பத்தியைந்து வயதைத்தொட்ட மாமா
சுவர்ப்புறம் முகம் திருப்பிப்படுத்து
வெட்கப்பட்டுக் கொண்டிருந்தார்!

## ஞாபகச்சிதறல்

மிகத் தந்திரமாய் என் கடிதங்களை பெண்களிடம் கொடுத்து
பதில் கடிதம் பெற்று வந்து கொடுத்துக் கொண்டிருந்த
என் கொள்ளுப்பாட்டிக்கு நான்
வெற்றிலை, பாக்கு,
புகையிலை என்று கொடுப்பது தவறாது என்றும்!
சுந்தரிக்கு கொடுக்க வேண்டிய கடிதத்தை
சுமதிக்கு கொடுத்து விட்டு வந்த
பாட்டியை கொஞ்சம் திட்டிய அன்று நாள் முழுக்க
அழுது கொண்டிருந்தது பாட்டி!

யாராச்சிம் காதுல கேட்டா சிரிப்பாங்கடா!
உங்கொப்பிச்சியும் இப்புடித்தான்
முன்ன பண்ணீட்டு திரிஞ்சான்! சரஸாவை
கட்டி வச்சதிம் அடங்கிட்டான்! யாராச்சிம் காதுல
கேட்டா பின்னாடி சிரிப்பாங்கடா! என்றே சொல்லும்.

பாட்டி இறந்த அன்று காலையில் 'பேராண்டி வந்தா
குடுத்துடுங்க!' என்று முடிந்து வைத்திருந்த
முன்னூத்தி அம்பதை
அம்மச்சி கையில் கொடுத்திருக்கிறது!
அந்த பைசா சுந்தரி கொடுத்தது என்று
எனக்கு இரவத்தி ஐந்து வருசம் கழிச்சு
சுமதி சொன்னபோது தெரிந்தது!

அந்த பாட்டி
இருந்தப்பெல்லாம் ஊரு நல்லா இருந்துது..
இப்பப் பாரு ஊருக்குள்ள வெளியூரு ஆட்களா

சுத்துறாங்க! எம்புள்ளைய
வேலைக்கு அனுப்பவே
பயமா இருக்குது! என்றாள் சுமதி.

ஊட்டுக்காரர் என்ன பண்ணுறார் சுமதி? என்றேன்.
அவுரு போயி இப்ப நாலு வருசம் ஆச்சில்ல! என்றாள்!
அன்று அவள் கொடுத்த காபி உப்புக் கரித்தது!

# தூண்டில்

ரொம்ப காலமாய் அந்த தூண்டில்க்காரன்
குளத்து மேட்டிலேயே தான் அமர்ந்திருப்பதாய்
அருகிலிருந்த கிராமவாசிகள் சொல்கிறார்கள்.
உண்பதற்கு அவன் பச்சைமீன்களையே
பயன்படுத்துவதாய் கூனிக்கிழவியிருத்தி சொல்லிச்சென்றாள்!
அவன் யாரிடமும் பேசுவதேயில்லை என்ற தகவலை
குடிசைவாசியான குப்பன் கூறிப்போனார்.
தூண்டில்க்காரன் யாரென்றும் எந்தவூரென்றும்
யாருக்கும் தெரியாதென தவசிப்பிள்ளை கூறியோடினார்.
தூண்டில்காரனுடைய வாயானது மீன்களைப்போன்றே
அடிக்கடி திறந்து திறந்து மூடுவதாய் உற்றுப்பார்த்து வந்த
ஊமையன் சைகையால் சொல்லியழுதான்.
எனக்கென்னவோ அந்த தூண்டிக்காரன் தன்
தூண்டிலில் கடவுள் சிக்குவாரென நம்பிக்கையாய்
அமர்ந்திருக்கிறானென்றே மனசுக்குப்பட்டது!

## மீன்குஞ்சு

ஆற்று வெள்ளத்தில் மீன்களெல்லாம்
கடல் நோக்கி மிக விரைவாய் போட்டியிட்டு
சென்றுகொண்டிருந்தன!
தன் குஞ்சுகளோடு விரைந்து கொண்டிருந்த
தாய் மீனைப்பார்த்து குஞ்சுமீன் கேட்டது.
"எப்பத்தான்மா கடலு வரும்?"
"இன்னுஞ்சித்தங்கூரியத்துல வந்துரும் சாமி!"
"போம்மா! இப்பிடித்தான் நீயி
அப்பலையா புடிச்சு சொல்லிட்டே இருக்கே!
கடலையுங் காணோம்.. கப்பலையுங் காணோம்!
ஒரு மண்ணையுங் காணோம்!"

# தோழர்

“தோழர் நாயிக்கி சோறா வெச்சுண்டிருக்கீங்க?
செய்யிங்க செய்யிங்க!”
சாலையில் சென்ற தோழர் எனைப்பார்த்து
சொல்லிப்போனார்.
அவர் என்னிடம் எந்தவித பதிலையும்
எதிர்பாராமல் சூரியனைப்பார்த்தபடி சென்றார்.

என் கையிலோ சோத்துக்குண்டானுமில்லை..
அருகில் வளர்ப்பு நாயுமில்லை.
தோழருக்கு, ‘ஆமாம் தோழர்!’ என்று நான்
சொல்லியிருப்பேனோ? என்பது தான்
சந்தேகமாயிருந்தது! -இருந்தும்
தோழருக்கும் எனக்குமே நாய்களிடம்
கொஞ்சம் பிரியம் ஜாஸ்திதான்!

# நீண்ட கை வித்தைக்காரன்

ஒவ்வொரு அரசுப் பேருந்தின்
கடைசி இருக்கையில்
எப்போதும் அவன்
மிக சாதுவாய் அமர்ந்திருக்கிறான்.
பரிசோதகருக்கோ...
நடத்துனருக்கோ...
ஏன் ஏனையோருக்குமே கூட
அவன் அமர்ந்திருப்பது தெரிவதில்லை.
தப்பித்தவறி தன் மீதே அமரும்
ஒரு பெரியவரையோ அல்லதாக
ஒரு வாலிபனையோ புன்னகையோடு
மடியில் அமர்த்திக் கொள்கிறான்.
பின்புறமாகவோ, முன்புறமாகவோ
தன் கைகளைக் கட்டிக் கொண்டு
புன்முறுவலுடன் அமர்ந்திருப்பவன்
சில சமயங்களில் தான் தன் கைகளை
பின் இருக்கையில் அமர்ந்தவாறிருந்தே
ஓட்டுனரை நோக்கி நீட்டி
அவரது ஸ்டேரிங்கை ஒரு டீக்கடை
நோக்கியோ அல்லதாக எதிர்வரும்
வாகனத்தை நோக்கியோ திருப்பிவிட்டு
மோதலை ஏற்படுத்தி விடுகிறான்.
ஏராளமான ஐயோ, அம்மா
கூக்குரல்களுக்கிடையே புன்னகையோடு
சன்னமாய் இறங்கி எதிர்வரும்
வேறு பேருந்தில் ஏறி
கடைசி இருக்கையில்
சாதுவாய் அமர்ந்து கொள்கிறான்.

# நிகழ்வு

உனது குளியலறைக்குள்
நீ ஒவ்வொரு முறை
நுழையும் போதும்
விருட்டென நகரும்
பல்லி ஒன்றினையும்,
கொஞ்சம் சாதுவாய் தத்தி
உனக்கு வழிவிட்டு ஒதுங்கும்
தவளை ஒன்றினையும் காண்கிறாய்.
தவளையை மிதித்துக் கொன்றால்
சாப்பாடு நஞ்சு விடலாம்..
பல்லியை அடித்துக் கொன்றால்
பாவங்கள் சேர்ந்து விடலாம்.
தவளையை செத்துப் போன
உன் அண்ணனாகவும்,
பல்லியை செத்துப்போன
யாரோவாகவும் எண்ணி விட்டொழித்து
அவைகள் பார்த்துக் கொண்டிருக்கையிலேயே
சாவகாசமாய் மூத்திரம் பெய்கிறாய்!
அவைகள் வெட்கப்பட்டு
திரும்பின மாதிரியும்
உனக்குத் தோன்றுகிறது.

## காதல்

இன்றைக்கல்ல..
என்றைக்குமே இப்படித்தான்
விடியல் துவங்கியிருக்கிறது
ஒரு நிசப்தமாக!
பால்காரனின் மணியொலி
விடியலைக் கூவுகிறது!
ஆழத்தில் உறங்கிய கிணற்று நீரினுள்
சேந்துவாளி விழுந்த சப்தம்
சலனமற்று உறங்கிய மனதில் அலையுடன்!
இடம் வலமாக இனி
மைனாக்கள் வரும் போகும்.
இந்த ஒட்டடை படிந்து போன
இருண்ட அறையில் கிடந்து புரளும்
எனக்கு எந்நேரம் பார்த்தாலும்
டிவிக் டிவிக்கென ஊறும் பல்லிகள்
முதலைகளாய் மாறி என்னை
நாவில் எடுத்து சுருட்டி விழுங்கும் முன்
அடி என் வித்தாரகள்ளி..
கருமாந்திரம் அழகுறப் பீடித்தவளே..
உன் இருப்பிடம் தான் எங்கோடி?
இரண்டு சிட்டுக்குருவிகளையாவது
அனுப்பித் தொலைக்கிறேன்
என் காதலை உன்னிடம் சொல்ல..
அல்லங்கேல்
நீயாவது இரண்டு பட்டாம்பூச்சிகளை
அனுப்பி வை! - உன் காதலை
சொல்லித் தொலைக்கட்டும்.
என் தோட்டத்திலும் பூக்கள்
மலர்ந்து குலுங்கட்டும்!

## அத்தெ எனக்கு சொல்ல நெனச்சது

மருமானே! உன் மாமங்காரன் எனக்கு
தாலி கட்டியப்போ உனக்கு வயசு பதனஞ்சு!
நான் குளிக்கப்பல்லாம் அத்தே தானேன்னு
எட்டி எட்டிப் பாப்பே! அத்தே நீ எவ்ளோ
அழகுன்னு சொல்லாம சொல்லும் உன் வாய்!

ஒரு சிகரெட் குடிச்சாக் கூட
வளையம் வளையமா உட்டு ஊதுவியே மருமானே!
எந்த மூலையிலெ இருந்தாலும் புளிச்ச சாராயத்தெ
உன் மாமனுக்கு வாங்கியாந்து குடுத்துட்டு
மறுவேலெ பார்த்த மருமானே!

உனக்குன்னு நான் பெத்த ராசாத்தியெ
ஒரு நா இல்லாட்டி ஒரு நா
பிருதிவி மகராசாவாட்டம் குதிரையில
வந்து கொத்திக்கிட்டு போவியின்னு
காத்துக் கிடந்தேனே மருமானே! இப்புடி
கெட்ட சாதியிலெ உருட்டுக்கட்டெ கணக்கா
ஒருத்திய இழுத்தாந்து உன் மருமவன் செஞ்ச
வீர காரியத்தெப் பாருன்னு நிக்கியே மருமானே!

உங்கோயா கிட்டப் போய் என்னன்னு சொல்லுவேன்?
அரிசி மூட்டை ஒன்னு வருதுன்னா?
என் ராசாத்திக்கி நான் என்ன பதிலு சொல்ல?
உம்மாமன் உனக்கு லக்கிடி குடுத்துட்டான்னா?
அட மருமானே! என்னெயும் கண்டுக்காமெ
என் பொண்ணையும் கண்டுக்காமெ இருந்த
உன்னுத உப்புக்கண்டம் போட்டு
நாங்க சாப்புடாம உட மாட்டோம்!
ஆமா நாஞ் சொல்லிப்புட்டேன்.

# காத்திருப்பு

**உ**ன் தற்கொலையை என் முன்
நிகழ்த்திக் காட்டுவதாய்
எனக்கு வாக்களித்திருந்தாய்!
தற்கொலை செய்து கொண்ட
கோழைகளின் இல்லங்களுக்கு
துக்கம் விசாரித்து கைநீட்டக்கூட
என் பாதங்கள் செல்ல யோசிக்கும்.
எனது முன்னான உனது தற்கொலை
என்னை எந்த விதத்திலும்
பாதிப்படையச் செய்யப் போவதில்லை.
குறித்த நேரத்தில் குறித்த இடத்தில்
நடைபெற வேண்டிய உனது தற்கொலை
உனது வருகையின் தாமதத்தால்
காலம் கடத்துகிறது.
உனது தற்கொலையை நாளை மறுநாள்
தள்ளி வைத்துக் கொள்ள
உத்தேசித்திருப்பாய் போலும்!
குடித்து வரும் உனது கணவனுக்கு
வெங்காய பஜ்ஜி சுடும் நீ
என்னிடம் பொய் கூற சாத்தியமில்லை தான்.
இருந்தும் எதிர்மரத்தில் தெரியும்
காகம் ஒன்றை எனது பிஸ்டலில்
சுட்டு புகையை ஊதிவிட்டு
காத்திருக்கிறேன் உனது வருகைக்காய்!

## ஆத்தாடியோ.காம்

இண்டர்நெட்டில் நாலுஷா
குளியலறையில்
துணிமணிகளை அவுத்து வெச்சுட்டு
குளிப்பதை நன்னா
காட்டிட்டாங்களாம் ராம்சாமி.
நாலுஷா ஆயி போறாப்டி கூட
எடுத்துருக்கலாம் உட்டுட்டாங்க!
செல்லுபோனு கூட
படம் பிடிக்குமாம்ல ராம்சாமி..
நடிகைங்க..
பள்ளியோடத்து பிள்ளைங்க..
இனிமேட்டு பாத்ரூம் போனா
சுத்தீம் புத்தீம் செவுத்தெ
நன்னா பாத்துண்டு
அப்பால மூஞ்சா பெய்யணும்.
இல்லீன்னா..
இவ ஒன்னா உட்டா..
இவ தண்ணி வாத்தான்னு
நெட்டுல போட்டு
களேபாரம் பண்ணிடுவா!

## அவ கதெ...

அவ மேல தா
அல்லாருக்குமே ஆசெ வரும்!
ஏன்னா அவ தானே
ஆம்பளைங்களை கண்டாலே
இழுத்து இழுத்து மறைக்கிறா!
அல்லக் கண்ணுல வேற
நம்மளை நோட் பண்ணுறானுகளான்னு
பார்த்துட்டே போறா!
அவ மேல தான் ஆசெ வரும்.
அவொ ஒடம்பு வாகு அப்படி.
எல்லார்த்துக்கும் இருக்குறது தான்
ஆனா அவளுக்கு மட்டும்
எடுப்பா இருக்கும் அதுகெல்லாம்.
எப்பப் பார்த்தாலும்
கோவப்பட்டுக்கிட்டே போறாப்லயே
ஒரு நடை! அந்த நடையிலெ
இடை வேற அம்சமா ஆடும்.
அவளுக்குன்னா ஆரப் பாத்தாலும்
காதலு வந்துரும்.
அவ நெனெப்பு பூராம்
அவ ஊட்டைச் சுத்தி
பத்துப் பசகளாவது என்னேரமும்
சுத்தீட்டே இருக்கோணும்.
அவ மினுக்கீட்டு, பிலுக்கீட்டு
சுத்தீட்டே இருக்கோணும்.

பொறப்பு அப்படின்னு தான்
நினைக்கத் தோணுது.
எந்த வேலைக்கின்னாலும் போவா
நாலு நாளைக்கித்தான்.
போற பக்கம் காதலு வந்துரும்.
அப்படித்தான் ஒரு தபா
ஒருத்தனை கூட்டீட்டு ஓடிப்போயிட்டா!
பத்தா நாளு திரும்பி வந்தா.
ஊட்டுக்குள்ளாரயே கெடந்தா.
பதினோரம் நாளு பகடர் பூசிட்டு
கெளம்பிட்டா இன்னொரு வேலைக்கி!
இன்னொருக்காவும் இன்னொருத்தங்கூட
காதலு வந்திரிச்சு அவளுக்கு.
கட்டுனா அவனைத் தானுங்கறா.
ஊட்டைச் சுத்தினவனுக
கூப்பிட்டுப் பாத்தானுக
ஒரே ஒரு விசுக்கான்னு.
ஓடிப்போயி வந்தவ தானெ..
அதான் படுக்கக் கூப்பிடுறீங்களா?
அப்படின்னு காறித் துப்புறாளாம்.
கண்ணகி பறம்பறை நானு
ஊரையே எரிச்சிப் போடுவேன்
சாம்பலாக்கிடுவென்றா!
அவெ மேல தான் ஆசெ அல்லாருக்குமே!
அவ பொறப்பு அப்படி.
இப்புடி அவளெப் பத்தி மோசமா
கதெ சொல்றியே உனக்கு அவ மேல
நோட்டமிருக்கான்னு கேக்குறிய தானெ?
நானும் ஊருக்குள்ள தானே கிடக்கேன்.
காலப் போக்குல இந்த ரேட்டு

நமக்குன்னு ஒரு பிக்சிங் வெச்சிப்பா.
அன்னிக்கி அதக் குடுத்து
ஓரமா கூட்டிட்டு போயி..
அட, நீங்க நெனைக்கிற மாதிரி
எல்லாம் நான் செய்ய மாட்டேன்.
அவளோட அதும்மேல
காறித் துப்பீட்டு வந்துருவென்!
கொக்கா மக்கா!

## சாந்தாமணிக்கு...

என்னைப் பற்றியே ஏன் எழுதுகிறாய்? என்கிறாய்!
எனக்குத் தெரியாதா
வேறு ஏதாவது எழுதினால் கோபிப்பாய்!

அந்தக் கடிவாளத்தை நீ
இழுத்துப் பிடித்து ஓட்டத்தை
கட்டுப்படுத்தவே இல்லை.
காதல் உன் நெஞ்சு நிரம்பி
உடலும் நிரம்பி வழிவதாய்
சந்திக்கும் சமயமெல்லாம் சந்தோஷித்தாய்!
வாழ்ந்த நாட்களும் வாழும் நாட்களும் கூட
எனக்கோ கனவாய்!
புகைப்படலத்தில் தோன்றும் ஒற்றை
நட்சத்திரமாய் தோன்றி மறைந்த விட்டில் நீ!

சிலவறை மனதில் பூட்டி வைப்பது கூட
சுகம் தான். உன்னையும்!
ஒய்யார சஞ்சரிப்பில் இடையூறுக்கென்றே
அவ்வப்போது வந்து போகிறாய்!
நடந்து கொண்டிருக்கும் மர்ம நாடகத்தில்
உனது காட்சி எங்கு வருகிறதோ?
உன்னைப் பற்றிய ஞாபக ஓசைகளை
கடத்தி வந்து தாள் நிரப்புவது
எனது வேஷங்களை அழுகு வேட்டியாய்
அவிழ்த்துப் போட!

யாரும் யாரையும் கண்டு கொண்டதாய்
காட்டிக் கொள்ளவேயில்லை. -இருந்தும்
புரோகிதர் மந்திரம் உச்சரிக்கத்தான் செய்தார்.
தாலியைக் கட்டிக் கொண்டு மணமேடை
சுற்றி வந்தாய் நீ! - விட்டேற்றியாய் நின்று
களைத்து தெரிவில் இறங்கினேன்.
இனி வாழ்க்கை என்னை அழைத்துப் போகும்
மனிதத்தை தேட வேண்டியது பாக்கி!

# சாந்தாவின் புலம்பல் படலம்

லீவ் விட்டா ஐயா என்னை மறந்துடுவீங்களோ?
ஒரு கடிதமாச்சிம் அனுப்ப வேண்டாம்?
நான் ஒருத்தி இங்க தினமும் கடுதாசி வரும்
வரும்னு பார்த்துட்டிருந்துட்டு ஏமாந்து போறேன்.
நிஜமாலுமே மறந்துட்டியாப்பா?
திருப்பூரு சுத்தி அலைவீங்க.. எவடா கிடைப்பாள்னு.
பேச்சுல உங்களை அடிச்சுக்க முடியுமா?
அன்னிக்கி பஸ்சுல என்ன சொன்னீங்க?
போனதும் மொத வேலையா உன்னை
நெனச்சு நெனச்சு எழுதின கவிதை
அமட்டையும் அனுப்புறேன்னு..
நல்லாவே இருந்துச்சு வசனம். இனி இதை
படிச்ச பின்னாடி அனுப்புனீங்க>..
எல்லாத்தையும் அடுப்புல போட்டு கொளுத்தீருவேன்.
இனி லெட்டர் வரலைன்னா
சாப்பிடக்கூட மாட்டேன்.. ப்ளீஸ்டா!
ஒரே ஒரு கடுதாசி.. ப்ளீஸ்.
இங்க உங்க போட்டோவுக்கு நான் கிஸ்
பண்ணிப் பண்ணி போட்டோ நசிஞ்ச்சே போச்சு.
அழுத்தக்கார ஆசாமிப்பா நிங்க,
போனாப் போச்சாதுன்னு பழைய பத்தாப்பு
படிச்சப்ப எடுத்த போட்டோவை குடுத்தா
என்ன சொன்னீங்க? அப்பிடியே தலையில
கிரீடமும் கையில வேலையும் குடுத்திட்டா

சாமியாக்கும்னு நெனச்சு தின்னீரு
இட்டுட்டு போயிருப்பேன்னு! லொள்ளு!
சரியாந்த லொள்ளு! பஸ்சுன்னு கூட
பாக்காம உடனே போட்டாவுக்கு
கிஸ்சு வேற குடுக்கறீங்க?
பதிலுக்கு உங்க போட்டாவை கேட்டா
நீயே எடுத்துக்க என் பாக்கெட்டுல இருக்குன்னு..
சரியாந்த லொள்ளு! இனி எதை எழுத?
எனக்கு எல்லாமே நீங்க தான்!
(இந்தக் கடிதம் மிஸ்டேக் இல்லாம
வர காரணம் என் தங்கச்சி - உங்க
கொழுந்தியாவின் திரு உதவி)

## படலம் 2.

இப்படியெல்லாம் பேசிக்கொண்டேயிருந்தீர்கள்..
அப்புறம் நான் எழுந்து போயிடுவேன்.
ஊட்டுல அப்பா வந்திருந்தார்னா
இந்த கொழுப்பெடுத்தவ எங்க போனா?
காலு கெடையிலயே தங்கறதில்லையா?ம்பார்.
அம்மா இப்பெல்லாம் கொஞ்சநேரம்
காணம்னாவே அது இதுங்கறா! -தூக்கத்துல
உங்க பேரை ஔறிட்டனாட்ட இருக்குது ஒரு நா..
ஒழறுனியே அதாரு உன்னோட ஆளா?ங்கா தங்கச்சி!
வாரத்துக்கு ஒரு நா சந்திச்சிக்குவம்னா முறைக்கிறீங்க!
பாத்தப்பெல்லாம் உங்க தோஸ்த்து, எப்ப ஓடப்போறீங்க?
அப்பிடிங்கான்! இன்னொருத்தன் தின்னுடறாப்ல
என்னை முறைக்கான். -பேசிட்டே இருக்கேனே
ஒரு வார்த்தை திருப்பிச் சொல்றீங்களா? ஒரே பார்வை.
கேட்டா, பேச்சென்ன பேச்சு, உன்னை
பார்த்துட்டே இருந்தா போதுங்கறீங்க!
மீறிப் பேசினா முத்தம் தரட்டா வாயிலம்பீங்க!
மீறிப் பேசினா, நாம கட் பண்ணிக்கலாமான்னு
கேட்டு என்னை அழ வைக்கிறது! கட் பண்ணவா
சாமத்துலேயும் இப்படி தேடி வந்து
பேசிட்டு இருக்கேன்? - நாம பழகுறக்கு முன்னாடி
எப்பிடி எப்பிடி பேசிட்டு இருந்தீங்க! பழகினதும்
உம்முனா மூஞ்சி ஆகிட்டீங்க!
சேவ் பண்ணிக்கங்கன்னா கேக்குறதில்லே!
மூஞ்சி பூராவும் தாடி!
எப்படித்தான் இத வெச்சு காலம் தள்ளுவேனோ?
-இப்பிடி போட்டு பெனாத்தி புலம்பறியே சாந்தா
ஒரு முத்தம் தான் குடுத்துட்டு பொலம்பேன்!
-அட சாமி உங்களை மாத்தவே முடியாதா?

# லவ்வு லெட்டர்

அவரவர் அவரவர் வீட்டிலுள்ள
அலமாரியிலிருக்கும் சர்க்கரை ஜாடியிலிருந்து
நெமே சர்க்கரையை எடுத்து
வாயில் போட்டுக் கொள்க!
இனிப்பான விசயத்தை இனிப்போடு
துவங்குவது குதூகலம் தானே!
இனி சாந்தாமணியின் கடிதத்தின் சாரம்சம்.
-அன்பு பழானிச்சாமிக்கு,
உங்கள் உயிர் சந்தமணி
எழுதிக் கொண்டது.
ஊருக்கு வர வோண்டாம்!
வந்தா போச மாட்டன்.
ஊரில் ஒரு மாதரி போசுவார்கள்.
கடிதம் எழுதினால்
கவிதையும் அனுப்பனும்.
கவிதை எழுதலை என்றால்
வங்க மாட்டென்.
கீஸ் மீ ஐ வவ் யூ!
இந்த வழுக்கைப் படகு
என்றுமே உங்களுக்குத்தான்.
ரோட்டில் பார்க்கையில்
நகம் கொறிச்சிங்க!
சந்தமணிக்காக உட்டுறனும்!
கதல் வாழ்க!
உங்கள் சந்தமணி.
000

## சாந்தாயிசம்

நான் உனக்கே சொந்தமாயும்
நான் உன் உயிர் மூச்சாயும்
எல்லாமிற்கும் நேரம் என்ற ஒன்று
வருமாயும் கூறி மறுபடி மறுபடி
வானம் பார்க்கிறாய்!
சாந்தா, உங்கொப்பனை மொத மிதிக்கோணும்.
காலத்தின் மீது உனக்கு
எத்தனை நம்பிக்கை பார்.
உனக்கு கோழியும் வேணும்
கோழிக் குருமாவும் வேணும்.
இருப்பதோ ஒரே கோழி. எப்படி?
நீ நம்பும் காலம் என்னவென்ன
பண்ணித் தொலைக்குமென
எனக்கல்லவா தெரியும். -உங்கொப்பனை
மொதொ மிதிக்கணும்.. என்
தங்கத்தைப் போட்டு இந்த மொத்து
மொத்தியிருக்கான்? ஐய்யோ!
என்ன எழவுடா காதல் இது?

கோயிலுக்குச் சென்று வந்ததாய்க் கூறி
சும்மா கிடக்கும் நெற்றியில் தின்னீரு இடுகிறாய்!
பேச்சை மாற்றப் பார்க்காதேடி! -உன் வீட்டு
முன்னால் இருக்கும் பைப்புல ஒரு காலை வச்சி
எம்பி செவுத்துல ஒரு கால வெச்சி உந்தி
வாசலுக்கு வர்ற உங்கொப்பன் பொடணியில
ஒரு மிதி உடோணும் சாந்தா!
அப்பத்தான் எனக்கு நிம்மதி!

-பையன் பழமெ பேசிப் பழவுது பாரு
எங்கப்பன் என்னை மிதிப்பான் ஒதைப்பான்
உரிமை இருக்குது.. இனிமே எங்கப்பனை
ஒதைப்பேன்னு பேசினா எந்திரிச்சி போயிருவேன்.
உம்மென்று நிலத்தை வெறிக்கிறாய்!
ஒன்னும் ஒத்துவராது அம்மணி
கெளம்பு நீ என்னோட, ரொம்ப நீ
யோசிச்சுட்டே! என்மேல நம்பிக்கை
இல்லையான்னெல்லாம் கேட்கலை சாந்தா..
என் காதல் பாத்தியா எப்பிடி கே.பி தனமா
போச்சு! கெளம்பு, உனக்கு ஆரம்பம் மொதலே
என்னை சிக்கலுட்டு வேடிக்கை பாக்குறதே
பொழப்பாப் போச்சு!
டக்கர் பிகருன்னு செட் பண்ணி
இருந்தாலச்சிம் எல்லாம் முடிச்சி
டாட்டா காட்டலாம்! மனசுல பக்குனு
வந்து ஊமெக்கோட்டானாட்டம்
உக்கோந்துட்டே பார், அதான் வெளிய தள்ளி
கதவச் சாத்த சித்த நாளு ஆவும் தான்!

-நிசமலுமா? நிசமாலுமா?
நீ தான் அதிர்ச்சியில் கேட்டியா?
பயத்துல கேட்டியா?
போதும் உன்ற எழவையெல்லாம்
எடுக்க முடியாது  அம்மணி.
எங்கிருந்தாலும் நல்லாயிரு.
இது மனிதர் உணர்ந்து கொள்ள
மனிதக் காதல் அல்ல அல்லன்னு
சத்தம் போட கமலஹாசனா நானு?
மனுசண்டி! சர்தான். ஏண்டி வர்ரு வர்னு
இப்பிடி கத்துறே? கத்தாதே சும்மாயிரு!

-கட்டிப்பிடிடா!

-முடியாதுடி! டச் பண்ணா ஊடு போறேம்பே!

நான் கிளம்புறேன்.. உனக்கொரு கும்பிடு

உம்பட .. கத்தாதடி கட்டிப் பிடிச்சுட்டேன் போதுமா!

-புருசனை கைக்குள்ளார போட்டுக்குற

வித்தை இதான்னு சொல்லுவாங்க! எங்கே

வசனம் பேசிட்டு நழுவப் பாக்கே என்னை உட்டுட்டு?

த்தா.. மூச்சு முட்டுது மெதுவாடா!

# கனவு

பமரேனியன் நாய்குட்டிகள்
அல்சேசன்களுடன் விளையாடுகின்றன.
குயில்முட்டை பொறித்த
காக்கை ஒன்று ஒற்றைப்பனையில்
அமர்ந்து யோசிக்கிறது
புதிர் எங்கே என!
செம்மறி ஆடுகள் மீது
கிடாய்கள் ஏறி ஏறி விழுகின்றன.
கற்பூர வாசனை தெரிந்த கழுதை
கண்முன்னால் தன் தம்பி
தேய்ந்து கட்டெறும்பவதைக் கண்டது.
பொழப்புக் கெட்ட நாவிதன்
இன்னமும் தன் பொஞ்சாதியின்
யோனி மயிரை சிரைத்துக்
கொண்டு தான் இருக்கிறான்.
கோவிலில் இருந்து கிளம்பிய
மண்குதிரை ஊர்முச்சூடும்
மூத்திரமடித்து சாணம் போட்டு
ஊர் வன்னானின் கழுதை தேடி ஓடியது.
முந்தா நாள் குழந்தை உருண்டு
குப்புறடித்ததை பெருமை பேசி
திரிந்த பத்மாவதி
என்னேரமும் குழந்தை இப்போ
குஞ்சைப் பிடித்துக் கொண்டிருப்பதை
மூடி மறைத்தாள். - இளைத்துப் போன
பூனையை எலி வங்கிற்குள்
இழுத்துப் போன போதும்
குழந்தையின் கைவிரல்
அங்கேயே தானிருந்தது.

# ஜோடி

–ஏண்டா கோவாலு
தெக்கால  எஜமாங் காட்டுல
நானு களை புடுங்கிட்டு இருந்தப்ப
மேகாட்டு வரப்பு மேல
முருவசாமி எஜமான் புள்ளகோட
என்னுமோ வெகுநேரம்
நாயம் பேசிட்டு இருந்தியே..
அவகூட அப்பிடி என்னடா நாயம்?
எஜமான் பாத்தான்னு வெச்சுக்கோ
ஊர்க்கூட்டம் போட்டு
படல் போட்டுருவாண்டோய்!

–நல்ல நாயந்தா சின்ன எஜமானி பேசிச்சு!

–என்ன ஓடிப்போலாம்னா?
மண்ணெத் தின்னாலும் மறைப்பாத் திங்கோணும்டா.

–நீ அதுலயே இரு..
ஒரு நா இல்லினா ஒரு நா
நானு அதச் செஸ்சு போடுவேன்
எஜமாங்க உனக்கு படலு
போடறதை நாந்தா பாக்க முடியாது.

–எங்கியோ மீட்டிங்கின்னு போனியே
சாதி உட்டு சாதியெல்லா இனிமே
கலந்து கட்டிக்கலாம்னு
அங்க சொன்னாங்களா?

–என்னேரமும் சாதி உட்டு சாதி தெங்கறதுலயே இரு.
உம்மட புளுத்த வாயில வேற வராதா?

# ஏற்பாடுகளில் ஒன்று

**எ**ந்த உடன்பாட்டோடும்
ஒத்துப் போக முடிவதில்லை
இறுக்கம் சூழ்ந்து வருகிறது
பிடிப்பு குறைகிறது
கவனம் நிலை தப்புகிறது
கூட்டமாய்க் கரையான்கள்
மண்டைக்குள் ஊர்கின்றன.
பேரமைதியிலும் ஆத்மா
அலறித் தெருவில் ஓடுகிறது.
மயானத்திற்கான பாதையில்
கால்களின் பயணம்.
கண்கள் சுழன்று சுழன்று
காணாததை தேடுகிறது.
திக்குத்தெரியாத காட்டில்
முன்னே பின்னே இருட்டு.
அம்மா நீ எங்கிருக்கிறாய்?
ஓடி வந்து என்னை துன்புறுத்து.
பின் கொல்.
சாவு என்னை காப்பாற்றட்டும்.
அம்மா! உனக்கு தெரியாத
வழிகளில்லை! கரையான்கள்
தின்னும் மண்டையை
கல் போட்டு உடை.
இருந்து கழியும் வாழ்க்கை
இல்லாமல் தொலையட்டும்.
நேற்றைய ஞாவகங்களும்
இன்றோடு தொலையட்டும்.

## விடைபெறல்

இனி புறப்பட்டால்
திரும்ப வேண்டியதில்லை.
எனது அறையில் எனது
தேவைகள் அனைத்தும்
களவாடப்பட்டு விடுமோ என்ற
அச்சமுமில்லை. -அடிக்கடி
அறையில் நடமாடும் எலிகள் இனி
சுதந்திரமாய் ஓடி ஆடலாம்.
வியூகம் அமைத்து
விளையாட்டு நடத்தலாம்.
முதன் முதலாய்
முகம் பார்க்கும் கண்ணாடி
களவு போன போது
எலிகள் தம் முகம் காண
எடுத்துப் போயிருக்கலாமென
விளையாட்டாய் யோசித்தது
ஞாபகத்தில் வந்து போனது.
பின்னொரு முறை
பின்னொரு முறையென
அன்றாடத் தேவைகள்
அனைத்தும் களவு போனது.
தேவைப்படுவனவற்றை தேவைப்படுவோர்
தேடி எடுத்துச் செல்வது
வழக்கமான பின் அறை காலியானது.
மிச்சமிருக்கும் என்னையும்
வாழ்க்கையையும் விதி களவாடி
தெருவோடு இழுத்துப் போனது...
தூரத்துச் சொந்தமொன்று
இருப்பதாய் துதி பாடி!

# சார்பு

அந்த பெரிய ஆலமரத்தின்
மேல் கிளையிலிருந்து
அந்த பெயர் தெரியாப் பறவை பறந்து போகிறது.
நான் இவைகளைச் சார்ந்திருக்கவில்லை.
எனது கனவுகளை பறவைகள்
கொத்திக் கொண்டு
செல்லவில்லைதான் -ஆனால்
எதுவோ பிறாண்டுவது உண்மை.
மேலும்
எனது உரிமைகள் பறிபோகிறது
திருடப்படுவதில்லை என்பதை தவிர
வேறு விஷேசம் எதுவுமில்லை.
சார்ந்து இருக்கவே நான் பிரியங் கொள்கிறேன்
ஏதோ ஒன்றோடு.
எச்சமிட்ட காகமும் அமைதியாகத்தான்
அமர்ந்திருக்கிறது ஆல மரத்தில்.
எச்சத்தில் அசிங்கப்பட்ட
பிள்ளையாரும் அமைதியாகத்தான்
இருந்தார் எனைப் பார்த்தபடி.
என் மௌனத்தின் மீது யாரும்
சிறு சப்தமும் எழுப்பவில்லை.
அலைச்சலில், ஓய்வில் கூட
வாழ்க்கை இருந்திருக்கலாம் காகத்திற்கும்!

## வனக்கவிதை

உன் ஊருக்குச் செல்ல
இது தான் குறுக்கு வழி.
எப்போதும் போல்
போய்க்கொண்டிரு.
நெடுவே செல்கிறது
ஒற்றையடிப்பாதை.
முண்டியடித்துப் போக
ஜன நெரிசலுமில்லை.
தூரத்தில் யாருமில்லை.
அரவம் கேட்டு
பயந்து போகும் சில
அணில்களும், பெயர்
தெரியா பறவைகளும் .
பயந்துதான் செல்லவேண்டி
இருக்கிறது இந்த பாதையில்.
ஆனாலும் உன் ஊருக்கு
இது ஒன்றுதான் குறுக்கு வழி.
உனைப் பின்தொடர்ந்து வரும்
ஊழிக்காற்று
உனைப்பற்றிய கவிதையை
வனத்தினுள் எழுதிப்பார்க்கிறது!

## கொலநாசம்

இந்த இசி தின்னி நாயெ
அங்க ஏனுங்க தட்டுப்போரு மேலயும்
பாறெ மேலயும் போட்டு மிதிக்கிறீங்க?
இங்க வாசல்ல இழுத்தாந்து போட்டு
மிதியுங்க! என்ன காரியத்தை
செஸ்சு போட்டு வந்து என்ன
பேச்சு பேசுறாம் பாருங்க அவன்?
வெளிய நான் இனி தலை காட்ட
முடியுமுங்களா? -பொண்டாட்டி
ஆக்கிப் போட்ட சோத்தை வட்டலோட
எட்டி உதைக்கிறானுங்களாமா!
அந்தச் சிறுக்கி வட்டல்ல சோத்தை
போட்டு கொண்டாந்து
சாப்புடு தங்கம் சாப்புடு தங்கம்னு
ஊட்டி ஊட்டி உடறாளுங்களாமா!
போடா போயி ரயில்ல உழுந்து சாவு.
இவளே தான் வேணுமுன்னு
நீயே தாண்டா கட்டிக்கிட்டெ!
நாங்க எதுனா சொன்னமா?
இப்ப ஏண்டா வேண்டாங்கறே?
இப்ப இவளை என்ன பண்ணலாம்?
நான் வெச்சிக்கட்டான்னு பேச்சுக்கு
நாயகாரரு கேட்டா
சேரீங் சாமீன்னு சொன்னியாடா?
சொல்லலாமாடா அப்படி நாயி.
அவுரு எம்மேல எப்பும் கரிசனம்

வெச்சிருக்குறவரு தெரியுமா? போடா
போயி இன்னியோட அந்த சிறுக்கி நினைப்பை
உட்டுட்டு மருவாதியா நல்ல புள்ளையா
உம்பொண்டாட்டியோட பொழைச்சுக்கோ!
அப்புடின்னாத்தான் உனக்கு இந்த ஊடு
வாசல் எல்லாம்.
பையனாவா சாமி இவனெனக்கு பொறந்துருக்கான்?
எமசாந்து வாங்குனவன்.
நான் காலொடிஞ்சு கட்டல்ல இந்த
மரத்துக்கடியில படுத்துக் கெடக்கேன்
இவன் கறி எடுத்தாந்து வந்து செஞ்சு
இவன் மட்டுமே தின்னுட்டானுங்க!
இந்தா ஒரு வாயின்னு சொல்லியிருப்பானா?
தாந்தின்னி தாந்தின்னி! பாடுவாசி !
சாமி இவனை மசெ நாயை அடிக்கிறாப்ல
அடிச்சு எறியுங்க! இமுட்டு தூரம்
சொல்றேன் எருமை மேல மழை
பெஞ்சாப்டி நிக்கான் பாருங்க!
இவன் பொண்டாட்டியோட குடும்பம்
நடத்த மாட்டானுங்க சாமி
நாசமாத்தான் போவான். -நீங்க
ஏனுங்க இவுனுக்கு புத்திமதி சொல்லீட்டு..
இவம் மண்டையில ஏறாதுங்க
அந்த சிறுக்கி நெனப்பாவே இருக்கான்.

-நைனா, நீ என் சம்சாரத்தோட கெடந்தத
நான் பாத்தப்புறம் எப்புடி நானு அவகூட
நீ சொல்றாப்ல பொழைக்கிறது?

## களவு போகும் நட்சத்திரங்கள்

நட்சத்திரங்கள் திருடு போவது பற்றி
விசாரணைகளை துரிதப்படுத்தும்படி
அரசாங்கம் கேட்டுக் கொண்டது!
எனக்கென்னவோ கவிஞர்கள்
மீதுதான் முதலில் சந்தேகமிருந்தது
திருடு போவதை நேரில் காணும் வரை!
பிரேமாதான்.

இராக்காலங்களில் விண்ணில்
றெக்கை கட்டிப் பறந்து பூப்பறிப்பதுபோல
நட்சத்திரங்களை கிள்ளி எடுத்து
மடியில் மறைத்து இறங்கி விடுகிறாள்.
உங்கள் ஊரில் நட்சத்திரங்கள்
களவு போனால் என்னிடம் தெரிவியுங்கள்.
பிரேமாவை மிரட்டி வைக்கிறேன்.

## காதலியாற்றுப்படை

**உ**யிருக்கு உயிராய் நீயே நேசித்த
என்னை உதறித் தள்ளிவிட்டு இந்த
நகரத்தின் தெருக்களை கால்கள் பின்னலிட
நடந்து கடக்கிறாய்! –ஜன நெரிசலில்
ஒருமுறையேனும் நீ கேட்டிருப்பாய்
உன் பெயர் சொல்லி கத்திய ஒரு குரலை!

இன்றிரவு நீ காணப்போகும் கனவு
வர்ணமின்றி இருக்குமா? அல்லது
இரவு வானில் நட்சத்திரங்களை பிடித்து
வந்து உனக்கான வேதனைகளை எழுதுவாயா?
மதுக்குவளையுடனான இந்த இரவு
என்னைப் பார்த்து பரிகசிக்கிறது!

இன்றென்னை மகிழ்ச்சிப்படுத்த
உன்னிடமிருந்து சேதிகள் ஏதுமில்லை!
பாழாய்ப்போன இந்த காதலின் துக்கத்தை
மதுக்குவளையினுள் நீந்தித் திரியும்
உன்னோடு சேர்த்து திரவத்தை விழுங்குகிறேன்!

# உயிர்க்கொல்லி இரண்டு

**உ**ன்னைப்பற்றி நினைக்கையில்
எந்த நேரமும் வன்முறை எண்ணங்கள்
தான் மனதில் அலைபாய்கிறது அம்மு!
அம்மு என்ற வார்த்தையை கேட்டதும்
எனது துவக்கை தூக்கிக் கொள்கிறேன்.
இரை நோக்கி செல்லும் பாலீஸ் குண்டுகள்
பல திசைகளில் சிதறித் தெறிக்கின்றன
இலக்கை தவற விட்டு விட்டு!
கொஞ்சம் சிவப்பாய் ரத்தம் கண்டால் தான்
என் வன்முறை அடங்குமென
எனது சுண்டு விரலை சுட்டுக் கொள்கிறேன் அம்மு!
தனக்கான பொம்மையை யார் கையிலும்
கொடுக்க விருப்பப்படாத குழந்தையைப் போல
நீ என்னை கைகளுக்குள் வைத்திருந்தாய் முன்பாக!
மொக்கு விரியாத மல்லிகைப்பூக்களை செடியிலிருந்து
கிள்ளி மடியில் போடும் குழந்தையைப் போல உனக்காக
வார்த்தைகளை கோர்த்து சரமாய்
தொங்க விட்டுக் கொண்டிருந்தேன் முன்பாக!
அம்மு! ஒரு இலையுதிர் காலத்திலோ அல்லது
பனிவிழும் மார்கழியிலோ உன் கணவனுடன்
கைகோர்த்து ஏதேனுமொரு மலைப்படிக்கட்டில்
நீ ஏறி வருகையில் கால்களிலும் கைகளிலும்
பத்து விரல்களும் இல்லாத எனைக் காண்பாயடி!

## உன்னுடனான என் காதல்!

இன்னொருவனை கட்டி, குட்டி போடுவதற்கு
என் புறத்தே ஏன் சுற்றினாய் அம்மு?
எதற்காக மருந்து குடித்து நாடகம் அரங்கேற்றினாய்?
எதற்காக உன் சமையலை சாமத்தில் ஊட்டினாய்?
எதற்காக சாமி தின்னீரு தலையாட்டக் கூடாதெனெ
நெற்றியில் இட்டாய்?
எதற்காக போதையில் கிடந்தவன் மீது தண்ணீர் ஊற்றினாய்?
எதற்காக நிழற்குடையில் கரிக்கட்டையில் பெயரை
இணைத்தெழுதி ரசித்தாய்?
எதற்காக இரண்டுமுறை கலைத்தாய்?
நீ எனக்கு செய்ததெல்லாம்
உனக்கு நியாயமாக ஒருவேளை பட்டிருக்கலாம்!
கட்டிக் கொண்டபிறகும் எனை அழைத்து
மீதமிருக்கும் என் உயிரை ஏன் குடிக்கிறாய் அம்மு?
எழுதப்படாமலே இருந்திருக்கலாம் இந்த காதல்!

## காகங்கள்

என்னிடம் நீ எதுவோ சொல்லப் போகிறாயென
உன் முகமே காட்டிக் கொடுத்தது அன்று!
நீ என் கவிதைகளைப் புசித்து புரியாவிடினும்
புன்னகைக்க ஒருநாளும் மறக்கவில்லை!
யாரும் பாராத வேலையொன்றில் அடிக்கடி நான்
தரும் திருட்டு முத்தத்தையும் ஏற்றுக் கொண்டாய்!
உண்பதற்கென்று வருவன எதையும் நீ மறுத்ததில்லை!
தினமும் இரவு வணக்கம் சொல்வதிலும் குறை
இருந்ததில்லை! தேவைகளை கேட்டுப் பெறுவதிலும்
நீ கெட்டிக்காரி! என்னிடம் எதுவோ சொல்லப் போவதற்கு
நீ தொண்டையை செருமிக் கொண்டாய்!
நம் காதல் முற்றுப்பெற்று விட்டதென்பதை சிறந்த
திரைப்பட நாயகியின் பிரயத்தனத்தோடு சொல்லி
முடித்தாய்! நிச்சயமாக கவிஞன் என்றறியப்பட்டவனுக்கு
இது தேவை தான்! அப்போதைக்கு என் மூளை
இயங்க மறுத்து உபத்திரவம் செய்தது.- சொல்வதற்கு
மேலும் எதுவுமில்லையென எழுந்து கிளம்பினாய்!
என்ன இருந்தாலும் காகங்களுக்கு கரைவதை தவிர
வேறெதுவும் தெரிவதில்லை!

## சொல்லப்படுவனவெல்லாம்

ஒருத்தியின் பாசத்திற்குரியவனாகவும்
ஒருத்தியின் கோபத்திற்குரியவனாகவும்
ஒருத்தியின் காதலுக்குரியவனாகவும்
ஒருத்தியின் தேவைகளுக்குரியவனாகவும்
ஒருத்தியின் போற்றுதலுக்குரியவனாகவும்
ஒருத்தியின் புணர்ச்சிக்குரியவனாகவும்
ஒருத்தியின் கொலைமுயற்சிக்குரியவனாகவும்
வாழ்வதென்பது எல்லோருக்குமான
பொதுவில் இருக்கும் ஒன்றுதான் சோதரா!

## சாந்தாயிசம் 2.

காரணங்களுக்கா பஞ்சமில்லை உனக்கு?
இந்த நீலவானில் ஒற்றையாய் தனித்தலையும்
சிறு பறவையாய் நான் சிறகசைக்கிறேன்.
இந்தக் காற்று ஒன்றுதான் சிரமம் தருகிறதே
தவிர வேறொன்றும் துன்பமில்லையம்மா!
நடந்து போனவைகளைப்பற்றி சொல்லி
ஆகப்போவது எதுவுமில்லை எனினும் அம்மா
உனைப் போன்றே கனிவான கண்களைப்
பெற்றிருந்த அவள் ஏன் தனித்தென்னை
பறக்கவிட்டாள்? –உன்னில் முழுமை நான்!
என்றே அவள் எப்போதும் சொல்லிய வண்ணமிருந்தாள்!
துயரம் தோய்ந்த இவ்விரவில் மழைச்சாரல்
இந்த மரத்தின் பொந்திலும் அடிக்கிறது அம்மா!
கனிவான மடி தருபவளும், நேசமாய் கோதி
விடுபவளுமான அவளுக்கு உனைப்போன்றே
கண்களம்மா! –இந்த வாழ்க்கையை அர்த்தப்படுத்திவிட
உறவுகள் என்றும் வேண்டும் தானே!
தனித்தலைவது பற்றி ஏதேனும் கேட்கத் தோன்றினால்
ஏதாவதொரு கடற்பாறை மேட்டில் முடி உலர்த்திக்
கொண்டிருக்கும் கடல்கன்னியிடம் கேள்!
என் கவலைகளுக்கெல்லாம் மொத்தமாக ஒரு
பெயர் சூட்டினால் அது சாந்தாமணி என்றே முடிகிறது!
அவள் விளையாடி வீசியெறிந்து விட்ட றெக்கை
ஒன்றிழந்த பொம்மை நான்! –வருடத்தில் பலமுறை
கீறிக்கொண்டிருக்கிறேன் என் சருமத்தில் அவள்
பெயரை! –அவள் ஏனம்மா காகிதக்கப்பல் செய்து
பரிசளித்து விட்டு பிடுங்கிக் கிழித்தாள்?

## தாத்தா தாத்தா தை

என் தாத்தாவிற்கு இப்போது வயது கூடி விட்டது.
வீட்டினுள் பிள்ளைகளிடமும் மருமகன்களிடமும்
சரியாய் ஒட்டி சந்தோசமாய் பேச முடிவதில்லை!
மருமகன்கள் கடனாளிகளாக இருக்கிறார்கள்.
பிள்ளைகள் அப்பனிடம் பிடுங்கிக் கொள்ளலாம்
என்றே கருதுகிறார்கள்! என் அம்மாயிக்கும்
தனியே பிரச்சனைகள் இருக்கின்றன! தான்
நடத்தி வரும் பள்ளிக்கான வாடகையை தர முடியவில்லை!
இந்த மாதிரியான விசயங்கள் நாட்டிற்கும்
நாட்டு மக்களுக்கும் எப்படித்தான் தெரிகிறதோ? என்று
வேறு தனியே கவலை என் தாத்தாவிற்கு!
இதையெல்லாம் இப்படியே கிடப்பில் போட்டு விட்டு
மலையும் மலை சார்ந்த இடமும் நோக்கிச்
சென்றுவிட வேண்டும் என்கிறார். அவரது
பிள்ளைகளோ அப்பா ஜோக்கடிக்கிறார்!
என்றே சொல்லிச் சிரிக்கிறார்கள்! தாத்தா இறுதியாய்
நாட்டின் தலையெழுத்தை மாற்றி எழுதி விடலாமென
நினைத்து அரசியலில் இறங்கப் போவதாகவும்
மக்களுக்குச் சொன்னார்! மக்களில் பலர் சிரிக்கத்
துவங்கியதும் என் தாத்தாவிற்கு கொஞ்சமாய்
வியர்க்க ஆரம்பித்து விட்டது! இந்த நாட்டில்
அரசியலில் இறங்குகையில் தொட்டதற்கெல்லாம்
தனிப்பட்ட கருத்துகளை சொல்லியே ஆக வேண்டுமென்பதை
என் தாத்தா விரும்பவில்லை! எப்போதேனும் சொன்னால்
பத்தாதா? என்றே தனியே அமர்ந்து பேசிக் கொள்கிறார்.
என் தாத்தா வீட்டினுள் இருக்கும் பிரச்சனைகளுக்கெல்லாம்

மற்ற சாதாரண மனிதர்கள் அயர்ச்சியடைவது போலவும்
அதை விட மேலாகவும் அயர்ச்சியடைந்து பேசுவனவற்றை
மாற்றி மாற்றிப் பேசுகிறார்! நாட்டுமக்கள்
சமூக வலைதளங்களில் தன்னை விட அறிவாளிகளாய்
இருப்பதைக் காண்கையிலெல்லாம் என் தாத்தா அவ்வப்போது
பாத்ரூம் செல்கிறார்! இவ்வளவு வாசித்து வந்த நீங்கள்
என் தாத்தாவை யாரென என்னிடம் கேட்டு விடாதீர்கள்!
அவர் ஒரு சுத்தக் கர்நாடகம்.

## திட்டங்கள் திட்டங்கள்

**நா**ங்கள் எப்படி மகிழ்ச்சியாக இருக்கலாம்?
சீக்கிரம் திட்டங்களை அறிவியுங்கள்
எங்களின் மகிழ்ச்சிகளை இல்லாமலாக்க !
திட்டங்களுக்கா உங்களிடம் பஞ்சம்?

எங்கள் மகிழ்ச்சியின் மீது தீ வைத்துக் கொளுத்துங்கள்!
அடுத்து எங்களின் தூக்கம் உங்களால் பறிக்கப்படட்டும்!
எங்களுக்கான எல்லாவற்றின் மீதும்
துணிச்சலாய் கை வையுங்கள்!
சீக்கிரமாய் எங்கள் தூக்கம் உங்களால்
பறிக்கப்பட்டவுடன் சும்மா இருக்காதீர்கள்!

அடுத்த திட்டத்தை அரங்கேற்றுங்கள்!
அது எங்களை மன உளைச்சலுக்கு உள்ளாக்கி
தற்கொலைக்கு தூண்டட்டும்! - ஆனாலும்
ஏதோவொரு நம்பிக்கையில் மீண்டும்
வாழத் தயாராகும் எங்களை
நீங்கள் ஆதிக்கம் செலுத்தி திட்டங்களை
அறிவிக்க முடியாமலே ஒருநாள் காணாமல் போயிருப்பீர்கள்!

# இரும்புக் குழாய்கள்

அவர்கள் மிக நீண்ட இரும்புக்குழாய்களை எமது அளவீடு செய்து
பிரிக்கப்பட்ட நிலத்தில் வேலியைப் பிய்த்துக் கொண்டு வந்து
கிடத்திப் போனார்கள்! - சரி பக்கத்து காட்டு பங்காளி
காட்டிலும் தானே செல்கிறதென சும்மா இருந்தோம்!
மழை எதும் இல்லாததால் எங்கள் நிலத்தை
விற்பனை செய்து விடும் நோக்கோடும் தான் இருந்தோம்!
இந்தப் பக்கமெலாம் ஏக்கரா நல்ல விலைக்கு செல்கிறது!
எங்கள் முப்பாட்டனிலிருந்து சம்பாதித்த நிலத்தை நாங்கள் விற்றுத் தின்ன
முடிவெடுத்த சமயத்தில் எரிவாயு செல்லும் இரும்புக் குழாய்கள் எம்
நிலத்தின் மீது செல்லுமென கனவிலும் நினையோம்!
எரிவாயு செல்லுமிடத்தை விற்க எங்களால் முடியாது தான்!
விலை அப்படியே சரிந்து தக்கோளி ஒரு கிலோ வாங்குமளவு போய் விட்டது!
போக வாழைத் தோட்டத்தில் நுழைந்த அந்த குழாய்கள் தினமும் தண்ணீர்
ஊற்றி வளர்த்த வாழைகளை தரை சாய்த்துச் செல்கிறதேயென
என ஒரு கொந்தளி கொந்தளித்த சேதி வரத்தான்..
நிஜமாகவே நாங்கள் விழித்துக் கொண்டோம்!
கேரளாவிலிருந்து கர்நாடகம் வரை நீங்கள் உங்களின் எதை வேண்டுமானாலும்
நீட்டிக் கொள்ள இங்கே கொங்கு மண்ணில் இடமிருக்கிறது செண்ட்ரலே!
நாங்கள் எங்கள் நிலத்தினை விற்போம், விதைப்போம், போய்க் கோவணம்
அவிழ்த்து பேழுவோம்! எங்கள் நிலம் எங்கள் உரிமை!
அதனுள்ளாக பக்கத்து காட்டுக்காரன் பேழ வந்தாலே சண்டைக்கிச் செல்வோம்!

நீங்கள் யாரையோ நக்கிப் பிழைக்க
எங்கள் நிலம் தானா கிடைத்தது ஊர்சுற்றிகளே!
எம் நிலத்தில் இப்போதும் வெட்டியாய் வெய்யிலுக்கும் மழைக்கும்
காய்ந்தும் நனைந்தும் கிடக்கும் குழாய்களை தூக்கியோடிப்
போங்கள் என் தங்கங்களே! செல்லங்களே!
இங்கே குழாய்களை பதிப்பதை விட ஆன் லைனில் எருமையின் சாணங்களை
காயவைத்து விற்பதைப் போன்றே பதியுங்கள் உங்கள்
குழாய்களையும் பதிக்கச் சொன்ன s,uy,tal,ai களையும்!

# ஒப்பாரிகள்

யாரோ என்னை சுரண்டுவதற்கு தயாராய்
இருந்து கொண்டே இருக்கிறார்கள்!
என்னிடமிருந்து எதையேனும் பிடுங்கிக் கொள்ள
அவர்கள் கூட்டமாய் வேனில் வந்து இறங்குகிறார்கள்.
இத்தனை காலமாய் காக்கியுடுப்புகளுடன்
கூட்டமாய் வருபவர்களை திரையில் பார்த்திருந்தவன் நான்.
அவர்கள் இறங்கியவுடன் கேட்பனவற்றை அப்படியே
அள்ளியெடுத்துச் செல்ல அனுமதிக்க
வேணுமென நினைக்கிறார்கள்!
இங்கு எந்த விதமான போராட்டங்களையும்
கூச்சல்களையும் அனுமதியோம் என்கிறார்கள்!
பின்வரும் காலங்களில் நிதானமாக
அமர்ந்து துக்கப்பட்டுக் கொள்ள அவர்கள் அனுமதிக்கிறார்கள்!
நீங்கள் ஒப்புக் கொள்ளாவிடில் மகிழ்ச்சியென
அவர்கள் திரும்பிப் போய்விடுவதற்காக
இந்த இடத்திற்கு வரவில்லை!
அவர்கள் மேலிடங்களுக்கு பதில்களைச்
சொல்லியாக வேண்டும்!
எல்லாமே நம்ம கண்ட்ரோலுக்கு வந்துடுச்சுங்க சார்!
இந்தப் பதிலை மட்டுமே அவர்களிடமிருந்து
மேலிடம் எதிர்பார்க்கிறது! அதற்காகவே அவர்கள் கூட்டமாய்
வந்து சேர்ந்திருக்கிறார்கள்!
ஒப்பாரிகள் அவர்களை சற்றேனும் துக்கப்பட வைப்பதில்லை!
அவர்களின் மாதச் சம்பளம் பறிக்கப்படாமலிருக்க வேண்டும்!
மாதச் சம்பளம் என்பது அவர்களது பிள்ளை குட்டிகளைக் காப்பாற்ற!
ஒப்பாரிகள்
என்றும் நம் பிள்ளை குட்டிகளை காத்ததாய் சரித்திரமில்லை!

## புதுப் பொண்டாட்டி

விடிஞ்சிடுச்சு விடுங்க, என்கிறாள் மனைவி.
காக்கா இன்னு கத்தலை கம்முனு படு, என்கிறான் கணவன்.
'புதுமணத்தம்பதிகள்னா அப்பிடி இப்படி
எழுந்துவர தாமசமாகும்', என்கிறான் பக்கத்து வீட்டான்.
'அது மேலயே கண்ணா இருங்க', என்கிறாள்
பக்கத்து வீட்டான் மனைவி.
'ம்! அந்தக்காலத்துல வெள்ளனே எழுந்து
வாசக்கூட்டியுட்டு
நேரா பொடக்காளி போயி நாலு சொப்பு தண்ணி ஊத்தீட்டு
ஈரத்தலையில துண்டைக் கட்டிட்டே போயி
சாமி கும்புட்டுட்டு வந்து
கோலம்போட்டுட்டு,
அடுப்பப் பத்தவச்சுட்டு...
ம் அதெல்லாம் அந்தக்காலம்', என்றே
முனகி வெங்காயம் தொளிக்கிறது அம்மா!

## பூச்சிகள்

ஒற்றையாளாய் அந்த ரயில் பெட்டியில்
சம்முவன் தூரதேச பயணத்திலிருந்தான்.
அவனோடு பத்திருபது கரப்பான் பூச்சிகளும்
பிரயாணத்திலிருந்தன! சம்முவனிடம்
பேச்சுக்கொடுத்த ஒன்று, 'நினைவு தெரிந்த
நாளில் இருந்து எங்களின் வீடென்று
பார்த்தால் ரயில் பெட்டிதான் என்றும் தங்களின்
மூதாதையர்கள் கூட ரயில் பெட்டியிலேயே
வாழ்ந்து மடிந்தவர்கள் என்றும், எங்களுக்கான
இறப்பும் எப்படியும் இதே ரயில் பெட்டியில் தான்
நிகழுமென்றும், அதுவே ஆசையென்றும் சொல்லிற்று!
சண்முவன் கிட்டே வந்த கரப்பானைக் கண்டு
மிரண்டு அப்பர் பர்த்துக்கு தாவி குனிந்து பார்த்தான்!
இந்த விலங்கினத்திற்கு மட்டும் ஏனொ
எங்களைப் பிடிப்பதேயில்லை என்று முனகி
அது இருளுக்குள் நுழைந்து மறைந்தது!

# அன்பு நண்பனுக்கு

முதலைக் குட்டிகளை சாக்குப்பை ஒன்றில் போட்டு
கூவிக்கூவி ஒருவன் விற்றுக்கொண்டு நம் தெருவில்
வந்த நாள் அன்றுதான் நிரந்தரமாய் நீ இந்த ஊரைவிட்டு சென்றிருந்தாய்!
இப்படியிருக்க உன் நல விசாரிப்பு கடிதம் நேற்று
மதியமாகத்தான் கிடைத்தது. உன் பிரிவின் துயரில் ஊரார்
நாளொரு மேனியும் பொழுதொரு வண்ணமுமாக அல்லலுறுகிறார்கள்.
நகரத்திலிருந்து வெள்ளை அரைக்குட்டை பாவடையணிந்த தாதி ஒருத்தி
தினமும் ஊருக்குள் யமாஹாவில் வந்து மாத்திரை வில்லைகளும்,
டானிக் பாட்டில்களும் தந்து போகிறாள். – உனது பிரிவால்
கொள்ளை நோய் பீடித்து மிகவும் அல்லலுறுகிறவன் பிலால் தான்.
நாட்களை எண்ணிக்கொண்டு நரம்புக் கட்டிலில் கிடந்தழுகிறான்.
ஷகிலா உன்னைப்பற்றி என்னிடம் எதுவும் விசாரிக்கவில்லை.
அவள் இப்போது ஷாகிப்போடு காதலைப் புதுப்பித்துக் கொண்டாள்....
என்ற வதந்தி பரவியிருக்கிறது. உன் அம்மா ஒருநாள்
வானொலியில் பெற்றகடன் தீர்ந்தது பற்றி அழகுற பேசினார்..
கூடவே காலாவில் புதிய பாடல் ஒன்றை ஒலிபரப்பச் சொன்னார்.
அத நாங்கள் கூடி நின்று கேட்டு மகிழ்ச்சிக்கடலில் திழைத்தோம்.
உன் வீட்டினுள் நீ சென்ற பிறகு எலிகள் குடிவந்துவிட்டன என்று
உன் தங்கை மும்தாஜ் மளிகை ஜாமான் வாங்க நான்
போகையில் வழிமறித்து கூறினாள்.
அதனால் அவள் இப்போது
Stayfree உபயோகிப்பதில்லை என்றாள்.
உயிர்மை இந்தமாதம்  தாமதமாக வந்து சேர்ந்தது...அது
தோழரை தற்கொலைக்கு தூண்டுவதாக வேறு சொன்னான்.

உனது சினேகிதர்கள் போர்ஹே, மார்குவஸ், அம்ருதா பிரீதம், ஜெனே
எல்லாருமே என் புத்தக அடுக்கில் தூங்குகிறார்கள்.
முதலைக்குட்டிகளை சாக்குப்பையிலிட்டு
விற்பனை செய்ய யாரேனும் வரும் நாளில் நீ வருவாய் என்று
உன் தந்தை காத்திருக்கிறார்.
துட்டு அனுப்ப இயலுமா? என்று எனப் போன்ற ஒட்டுண்ணியிடம்
வெட்கம் இல்லாமல் கேட்டிருக்கிறாய்.
நீ என்னிடம் எதிர்பார்ப்பது அதிகம்
உனக்கே தெரியும் எனது காதலியின் திருமண பரிசாக
ஏற்கனவே ஒரு விரையை பரிசளித்தவன் நான் என்று!
என்னிடம் இன்னும் ஒன்றே ஒன்றுதான்
பாக்கியிருக்கிறது...இருந்தும் உனக்கு உதவ ஆசைதான்.
தூக்கிட்டு செத்துப்போ! அல்லது
ரயிலின் குறுக்கே விழு!

## கவிதை என்று நினைத்துக்கொண்டால் தப்பிதமேதுமிலை

ஹமாம் சோப்பில் பல் துலக்குபவளும்
கோல்கேட் பேஸ்ட்டை சோப்பு போல
பயன்படுத்துபவளுமான திருமதி.கோமதியை
அவரது வீட்டிற்கு சந்திக்கச் சென்றிருந்த என்னை
அவரது கணவர் திரு.ராபர்ட் வரவேற்று அமர வைத்தார்.
தன் துணைவியார் குளித்துக் கொண்டிருப்பதாகவும்
வெளியில் வரும் நேரம் தான் என்றும் சொன்னார்.
அன்றைய தினச் செய்தித்தாளில் வந்திருந்த சில பல
விஷயங்களைப் பற்றிப் பேசிக்கொண்டே
நேரமும் போனது தெரியவில்லை!
ஒரு சில நாட்களில் குளியலறைக் குழாய் வழியே
திருமதி. கோமதி தன் அலுவலகத்துக்குச்
சென்று விடுவார்! என்று திரு.ராபர்ட் சொல்ல
நான் விடைபெற்று வீட்டினுள் சென்றேன்.

## கொங்கு மண்டல செம்பூத்து

கொங்கு மண்ணில்
வேப்பை மரத்தில்
காக்கை கூட்டில்
பிறந்திருந்த செம்பூத்து
ஒன்று பல வருடமாகவே
துணையொன்றைத் தேடி
மண்டலம் முழுக்க
பிரயாணித்து
எங்களூர் வந்து சேர்ந்தது!
வந்த சமயம் வானம்
தூறல் போட்டுக் கொண்டிருந்ததால்
முழுக்க நனைந்த அது
பறக்க முடியாமல்
தத்தித் தத்தி என் மண்ணில்
செல்வதைப் பார்த்தேன்.
அதற்கு மீசை நரைத்திருந்தது!

# முன்பு ஒரு காலத்தில்...

அப்போது நான் கேட்ட கதைகளில்
எல்லா தேவதைகளும் ஏழைகளுக்கு
உதவி புரிவதற்காகவே வனங்களிலும்
சமுத்திரங்களிலும் பறந்து கொண்டிருந்தார்கள்!
மரம்வெட்டிக்கு தங்கக்கோடாரி கொடுத்த தேவதை
ஆற்று நீரில் நீந்தி வந்தவள்!
வனத்தினுள் வழிதவறி சுற்றிய சிறுவனுக்கு
உதவி புரிந்தவள் வனதேவதை.
உள்ளூர் பள்ளியோடு உலகம் முடிந்தது என்று
நம்பிய சிறுவன் நான் அப்போது.

இப்போது நான் குழந்தையிடம் சொல்லும்
கதையில் மினுக்காட்டம் பூச்சிபோல
தேவதைகள் பறந்து வருவதில்லை. -
தேவதைகள் பறந்துவரா உலகில்
பதிலாக பூதமொன்று வந்து சேர்ந்திருக்கிறது!
அது வழிதவறிய சிறுவனைப் பார்த்தும்
அவனே அவன் வீடு போகட்டுமென விடுகிறது.
கோடாரியைத் தொலைத்தவனுக்கு
வட்டிக்கி கடன் தர்றேன் வேறு
கோடாரி வாங்கிக்கோ! என்கிறது.
சீக்கிரமே ஆப்பாயிலை
வலதுகையில் பற்றியெடுத்து
தன் அகல வாயினுள் தலையுயர்த்திப்
போடும் உணவு விரும்பிகள் போன்றே
பூதம் இந்த தேசத்தை விழுங்கிப்
போய்விடுமென கதை சொல்கிறேன்.

## வருகை

என்னை சற்று நேரம் நிம்மதியாக
அழவிடுங்கள் என்று நான் அவர்களிடம் கேட்டேன்.
தேவன் வரும் நேரம் நெருங்கிவிட்டதாகச் சொல்லியவர்கள்
வேண்டுமாயின் நீ இப்போது சிரிக்கத் துவங்கலாமென்றார்கள்.
எனக்கு நானே கிச்சு முச்சு மூட்டியும் சிரிப்பு மட்டும்
எனக்கு வந்தபாடில்லை!
இவர்கள் எதிர்நோக்கிக் காத்திருக்கும்
தேவன் சீக்கிரம் வந்துவிட்டாரெனில் எனக்கான சிரிப்புகளை
அவர் வழங்கி ரட்சிக்கலாம்!
வெறுமனே அவர்களைப் போன்றே
முகவடிவுடன் எதிர்ப்பாதையில் விழி வைத்திருந்தேன்.

சற்றுநேரத்திற்கெல்லாம் பாதையில் செம்மறி ஆடுகள்
கூட்டமொன்று வந்து எங்களைக் கடந்து போனது.
அலைந்து திரிந்து கலைத்த தாடி வைத்த ஒருவர்
தடியூன்றியபடி எங்களைக் கடந்து சென்றார்.
அப்புறமாக அந்தப்பாதையில் யாரொருவரும் வரவில்லை.

# புரட்சி

நான் வாழத் தகுதியில்லாத ஊர்களில்
புரட்சியும் போராட்டங்களும்
எப்போதும் நடந்த வண்ணமே இருக்கின்றன.
அவைகளைப்பற்றி ஆங்கிலத்திலிருந்தேனும்
தமிழுக்கு மொழிபெயர்த்துத் தரும்
ஜாம்பவான்கள் எனைச் சுற்றிலுமே இருக்கிறார்கள்.

தெரிந்தே தான் எல்லாமும் நடக்கிறது!
தெருப்பிச்சைக்காரன் தெருவில் இருக்கிறான்
மடிப்பிச்சைக்காரர்கள் கோவிலில் இருக்கிறார்கள்.

இங்கே சாகும்வரை கவிதை புனைபவன்
போராளியாகவோ..
பிச்சைக்காரனாகவோ
ஆகவே முடியா!

## பேய்க்கவிதை

பேய்னா எங்கப்பாரு கடேசி
காலம் வரைக்கிம் பயந்துக்கும்!
சாமத்துல தடியத் தூக்கிட்டு போயி
வரஓலைய சாத்துவாரு!
பேய்னா பயமில்லாத மாதிரி
எங்கப்பன் சத்தமில்லாம படுத்துக்குவாப்ல!
பேய்னா எனக்கு பயம் சாஸ்தி!
பள்ளியோடம் போறப்ப மங்காங்காட்டு
கெணத்த தாண்டறக்குள்ள எனக்கு
காது அடச்சிக்கும்! பேயிக்கி பயந்துட்டு
எங்க மாப்ள சாமத்துல வாசல்லயே
உச்சா அடிச்சுட்டு வந்து கவுந்துக்குவாப்ல!
தி கஞ்சூரிங் பாக்குறப்ப நம்ம சன் எனக்கு
பொறவுக்கே ஒட்டியொட்டி நின்னு
எட்டிப் பாத்துக்கிட்டான்!
'காஞ்சனா
இன்னிக்கி போடறாங்கப்பா! என்று ஊர் முழுக்க
இலவச விளம்பரம் செஞ்சுட்டு
படம் ஓடறப்ப ஆளு
காணாமப் போயிடுவான்!

ஆக மொத்தத்துல பேய்னா.... நம்ம
வீட்டம்மிணி மட்லும் தான் பயக்குறதேயில்ல!
வீட்டம்மிணி இருக்குற பக்கமா அதுக
தலை வச்சுக்கூட படுக்கறதுமில்ல!

## கிழக்கு சிவக்கவில்லை

இந்தக்குருவிகளின் குளியல்
சாலையோரத்தில் தேங்கி நிற்கும்
சின்ன குட்டையில் நடந்தேறுகிறது!
சற்றுமுன் குளியலை முடித்த காகமொன்று
வேப்பையின் கிளையில் அமர்ந்து
கொஞ்சமேனும் தன்னை உலர்த்திக் கொள்கிறது!
முக்குழிச்சான் கோழி தனக்கான
துணை எதுவுமின்றி பாறைக்குட்டையில்
எந்த நேரமும் குளித்துக் கொண்டேயிருக்கிறது
என்றேனும் ஒருநாள் சிவப்பாகி விடுவேனென்ற
நம்பிக்கையில்!
மழை நின்ற இரவில் இவைகளெல்லாம்
இத்தனை காலம் எங்கிருந்தன? என்பது போல்
எல்லா விஷப்பூச்சிகளும் சாலையில் சுற்றுகின்றன
புழுக்கம் தாங்காமல்!
இந்த மழைக்கு ஒன்பது எருமைத் தேள்கள்
தினம் ஒன்றாய் கொல்லப்பட்டதும் நிகழ்ந்து விட்டது!
அவைகளுக்கான இறப்பு வந்து விட்டது
என்கிறபோது தான் மற்றவர் கண்ணுக்கே
படுமாம்! என்று தத்துவம் சொல்லிச்
செல்கிறாள் இல்லத்தரசி! இவையெல்லாம் போக
பெயர்தெரியா பூச்சிகளின் உருவ அமைப்புகள்
பயமுறுத்தும் விதமாய் இருந்தன! பழைய வீட்டின்
விட்டத்தில் வளரும் இரு சிட்டுகளுக்கு அரிசி
மணிகளை காலையில் இடுகையில் மூக்கில்

வேர்த்து விட்டது போல அந்த காகங்களும்
வந்தமர்ந்து விடுகின்றன வயிற்றை நிரப்பிக் கொள்ள!

கிழக்கில் சிவந்த விடியல் அதோ வருகிறது என்றே
முடியும் எழுபதுகளில் என் தந்தை எழுதிய சிவப்புக்
கவிதைகள் சிலவற்றை வாசித்துக் கொண்டிருக்கிறேன்!
இன்னமும் கிழக்கு சிவக்கவேயில்லை என்ற வருத்தமுடன்!
குருவிகளில் ஆரம்பித்து சிவப்பில் முடிப்பதுவும் கூட
கவிதைகளில் சேர்த்தி தான் இப்போதைக்கு!

## நடத்தை சரியில்லாதவள்

சொற்கள் சிலவற்றை அவள் எல்லோர் மீதும்
அடிக்கடி வீசுவதால் எல்லோரும் அவளை
நடத்தை சரியில்லாதவள் என்றார்கள்!
அவள் வீட்டில் புனுகுப்பூனைகள் இரண்டும்
குட்டிகளை ஈன்றிருப்பதாகவும் அவற்றில்
இரண்டை அவைகள் உயிருடனே சாப்பிட்டதாகவும்
அவள் வீடு போய் வந்தவர்கள் சிலர்
காலையில் டீக்கடையில் பேசினார்கள்!
தவிர பொம்மி என்ற பெட்டை நாய்
அவள் வீட்டு வாசலில் காவலுக்கு இருப்பதாகவும்
அதற்கு குலைக்கத் தெம்பில்லாத
வயதாகி விட்டதாகவும் திண்ணையில்
ஆதிமனிதன் போல ஒருவன் கட்டிலில்
கிடப்பதாகவும் அவனே அவள் கணவனாகவும்
இருக்கலாமென்று வறுக்கி கடித்தபடி பேசினார்கள்!
தலையில் பூச்சூடி குடை பிடித்து அவர்களை
அவள் கடந்து செல்கையில் பின்புறம் பார்த்து
பெருமூச்சு விட்டவர்கள்
அவள் குழந்தை ஈன்று கொள்ளாததற்கு
காரணம் கர்ப்பப்பையில் ஓட்டை என்றார்கள்!

நடத்தை சரியில்லாதவளைப் பற்றி
காலையில் பேசினால் பொழுது
வெளங்கினாப்புல தான் என்று கூறி பின்
அவரவர் பாட்டுக்கு கிளம்பினார்கள்

# சொல்லுவார்கள் மக்கள்!

இந்தப் பா நல்லாவே இல்லையென நீங்கள் எல்லாரும் சொல்லித் தருவீர்கள் பார்த்த ஆட்களிடமெல்லாம்! – அவர்களும் நீங்கள் நாற்றமெடுத்த ஒன்றைப் பற்றி நேற்று மாலையில் பேசியதாக பின் எல்லோரிடமும் உங்கள் தலை தின்று சொல்லிக் கடப்பார்கள்! இப்படியாக அந்தப் பா ஊர்முழுக்க பாடப்பட்டுக் கொண்டிருக்கும்!

அந்தப் பா-வில் வந்த குறுந்தாடிக்காரனுக்கு அவனது குறியில் ஒரு சூரிக்கத்தி இருந்ததாக அவனால் குறி குதறப்பட்ட மங்கை ஒருத்தி விசாரித்த காக்கி உடுப்புகளிடம் சொல்லியிருந்தாள்! மேலும் அவன் கைவிரல்களில் அனைத்திலும் ஆக்ஸா பிளைடுகள் இருந்தனவென்றும் அவைகளால் தான் என் உடைகளையும் என் மார்புகளையும் கிழித்தானென்றும் அவள் உதட்டின் வழியே ரத்தம் கசிய, விட்டு விட்டு சம்பவத்தை சொல்லிக் கொண்டிருந்தாள் ஏதாவது அவர்கள் செய்வார்கள் என்றெண்ணி! ஆம்புலன்ஸ் வருவதற்குள் அவளை பத்திரிக்கையாளர்கள் பல கோணங்களில் புகைப்படமெடுத்து அவைகள் தெளிவாக பதிவாகியிருக்கிறதா? என்று மரத்தடியில் நின்று செக் செய்து கொண்டிருந்தார்கள்!

“இந்த இடம் ரொம்ப வலிக்கிறது!” என்று வயிற்றை கெட்டியாகப் பிடித்துக் கொண்டே அந்தப்பெண் சுருண்டு படுத்தவள் அப்புறம் வலி இருப்பதாக அவர்களிடம் முறையிடவில்லை பின் எப்போதும்! –பின்னர் ஆம்புலன்ஸில் சைரன் ஒலிக்க அவள் செல்லுமிடம் அவளுக்கு பின் எப்போதும் தெரியாமலே போயிற்று!

# நடை

புளியாமர ஸ்டாப்பிங்ல ஒரு பொட்டிக்கடை
கூட இல்லீன்னு தான் உங்குளுக்கு தெரியுமே!
அவத்திக்காலிக்கி தான் பெருசு டவுனுக்கு
போறேன்னு மினி பஸ்ஸுக்கு வந்து நின்னுச்சு!

பஸ்ஸு வர்ற நேரம் பாத்து பெருசுக்கு உச்சா வந்துருச்சு!
பெரிய புளியாமரத்துக்கு பொறவுக்கு போயி கவ்வக்கோலை
ஓரமா சாத்தி வச்சுட்டு குக்கீடுச்சு! தெக்க ஒன்னும்
வடக்க ஒன்னுமா மினி பஸ்ஸுக அவத்திக்கி எறங்க
ஆளில்லைன்னு சொய்யுனு ஆரனை போட்டுட்டு
போயிடுச்சுக! பெருசு ஹப்பாடான்னு எந்திரிச்சு வந்து
வடக்க பாத்துட்டு "போயிடுச்சா பஸ்ஸு?" அப்புடின்னு
தன்னப்போல பேசிக்கிச்சு!

–அப்பாரு நீ இங்கியா நிக்கே?
எங்கம்மா உன்னிய கூட்டியாறச் சொல்லுச்சு!– அப்படின்னு
பேரப்புள்ளையோ.. இல்ல மருமவளோ அவத்திக்கி வந்து
"தேனுங் மாமா நா என்ன சொல்லிப்போட்டன்னு வெக்குடு
வெக்குடுன்னு கெளம்பி வந்துட்டீங்கொ? வாங்க ஊடு போவோ!"
அப்புடின்னு கூப்புடுவாங்களான்னு வந்த இட்டேறி வழியவே
பெருசு பாத்துச்சு! பஸ்ஸுக்கு காசு இருக்குதான்னு பாத்தா
ரெண்டு பொயலக்குச்சி தான் கெடக்குது கருமம்!

ஆத்து மேல கோவிச்சுட்டு சூத்து கழுவாமப் போனா
யாருக்கு நட்டமாம்? பெருசு இட்டேறி பாதையில
கவ்வக்கோல ஊனி நடக்குது பாத்துக்கிடுங்க!

## சக்கரகத்தி

கம்முனு பொட்டாட்ட உக்கோருங்க சாமி!
இல்லீன்னா கத்தி காதை வெட்டிப் போடும்!
உங்கொப்பாரு இருந்திருந்தா இந்த நேரம்
சோக்கா எம்பட பேரனுக்கு கிருதா வுட்டு
ஜம்முனு வெட்டி உடு அப்புக்குட்டின்னு சொல்லுவாங்கொ!
அவுருதான் போயிச் சேந்துட்டாருங்களே!

அடக் கம்முனு கோருங்க! தலைய அப்பிடியு இப்பிடியு
ஆட்டாதீங்கொ! இதென்ன எழவா இருக்குது இவுரோட?
கம்முன்னு உக்கோருங்க சாமி! இன்னம் பத்து ஊட்டுக்கு
நான் போயி செறச்சு உட்டுட்டு பொழுதுக்குள்ள வரோணும்!
வயசாயிப் போச்சுங்களா.. அதான் கண்ணு கொஞ்சம்
மங்கலா தெரியுது! டாக்குட்டரு கிட்ட போனேஞ்சாமி
போனவாரம் நானு! அவுரு வேண்டீதில்ல போடான்னு
சொல்லிட்டாருங்க! சேவிங்கி பண்டுறப்ப கத்திக் காயம்
வுழுதுடான்னு சொல்றாங்க! என்ன பண்றதுங்க சாமி!

இப்ப டவுனுக்கு போயி செறச்சீங்கன்னா முழு
நோட்டை எடுத்துக் குடுத்துட்டு தான வரோணும் நீங்க!
வருசம் ஒருக்கா 20 படி அரிசி குடுக்கீங்க! செறச்சா
அஞ்சும் பத்தும் குடுத்தா.. சாமீன்னுட்டு வாங்கிட்டு
போயிடறேன். அவ்ளோதானுங்க உங்குளுக்கு!

நீங்க உக்கோர்றீங்களா எசமான்?
ஒரு இழு இழுத்துக்கலாம் உக்கோருங்கொ!

## விபத்துகள்

தினமும் எப்படியேனும் சாலைகளில்
விபத்துகள் நடந்தேறி விடுகின்றன.
விபத்து பற்றியான சேதிகள் இல்லாது
ஒருநாள் கூட தினசரிகள்
வீடு வந்து சேருவதில்லை!

சாலையில் நின்று கொண்டிருந்த
வாகனத்தின் மீது பேருந்து
மோதி நான்கு பேர் பலி!
கேட்பதற்கும் புகைப்படங்களைப்
பார்ப்பதற்கும் நாம் அச்சம் கொள்கிறோம்!

அவினாசி சாலை விபத்தில்
இறந்து போன மகனை கைகளில்
ஏந்தியபடி வெற்றுமேலோடு வரும்
தகப்பனை கண்ட துக்கக் காட்சியை
காணச் சகியாது விம்மலுடன் வீடு திரும்பினேன்!

எல்லா துக்கங்களையும்
தாங்கிக் கொண்டே எவ்வாறோ
வாழ்ந்து கொண்டேயிருக்கிறோம் நாம்!

## உறவுக்கு அழைப்பு

**நா**ந்தா சொல்றேனுங்களே...
ஏம் புரிஞ்சுக்க மாண்டீன்றீங்கொ?
எனக்கு அதுன்னாவே புடிக்காது!
எப்பாச்சிம் ஒரு விசுக்கான்னா
சேரீங்கலாம்! ஒன்னும் பிரச்சனெ இல்ல!
எப்பயுமே அதுன்னா எனக்கு வாந்தி தா வருதுங்கொ!
நீங்கொ தா ஊட்டுல ஆளு வச்சிருக்கீங்கள்ளோ!
அப்புறம் ஏன் எனெய போனு போட்டு
தும்பம் பண்றீங்கொ?
இன்னிக்கி வரட்டா? வரட்டான்னு?
எதுக்கும் நாளைக்கி 500 ரூவா
எடுத்துட்டு பத்தரைக்காட்ட கூப்புடுங்கொ!
வர்றப்ப ஓல்டு மங்கு
ஒரு கோட்டரு கடெ நீக்குன ஒடனே
வாங்கீட்டு வந்துருங்கொ!
500 எதுக்குன்னா.. இந்த மாசம் சீட்டு
வேற வருதுங்கொ! கையில
நயா பைசா இல்லெ!

## ஆசை

ஏனுங்! உங்களைத்தானுங்!
நான் ஒன்னு கேப்பேன்.. நீங்க
சிரிக்கப்பிடாது! டவுனுக்கெல்லாம்
போயிட்டு வந்துட்டு இருக்கீங்கொ!
நானு இந்த பட்டிக்காட்டுலயே
ஆடுகளை ரோட்டோரத்துல மேச்சுட்டு
ஊட்டுக்கு ஓட்டீட்டு போயி
பட்டீல அடைச்சுட்டு சித்தே
டிவி பொட்டியில பொம்மெ
பாத்துட்டு படுத்துக்கறேன்.
சீக்கிரஞ் சொல்லு சீக்கிரஞ் சொல்லுன்னு
பறவா பறக்குறீங்கொ? அப்புடி
எந்தக் கோட்டையப் புடிக்க
அவசரப்படறீங்கோன்னு தா தெரியில!
பாருங்.. சிரிக்கிறீங் பாருங்! அதான்
நான் ஒன்னையுங் கேக்கப்புடாதுன்னே
கம்முன்னு பொட்டாட்ட இருந்துக்கறது!
இந்த டிவி பொட்டீல போன வாரம்..
த்தைத்! அங்க போயி வேலீல ஏறி
மேஞ்சாத்தான் வவுறு ரொம்புமா?
வாரன் இப்ப இரு! முன்னத்தங்காலை ஒடிச்சு
வீசுறேம் பாரு! இந்த ஆடுகளெ வெச்சுட்டு
நாம்படுற பாடு இருக்குதுங்களே! சாமி சாமீஈ!

எங்க உட்டேன்?
இந்த டிவி பொட்டில வட்டமா பிச்சான்னு
திங்கற பண்டம் அன்னிக்கி காட்டுனாங்க!
அது மாரி வட்டமா எனக்கொரு நாளைக்கி
பிச்சா வாங்கிட்டு வந்து குடுக்கீங்களா?
சலவாயி ஊத்தீடுச்சு அன்னிக்கி அதைப் பாத்து!
பாத்தீங்களா.. சிரிக்க கூடாதுன்னேன் சிரிக்கீங்க!
அதான் நான் கேக்கவே புடாதுன்னு நெனச்சேன்!
சரி அந்தக் கருமத்தெ திங்காட்டித்தான் போச்சாது
நீங்கொ போங்க! ஆடுக வேற கெடையில நின்னு
மேயுவனாங்குதுக!

# பெருங்குடி மக்களே!

ஆகவே பெருங்குடி மக்களே!
இனிமேல் ஊரிலுள்ள எல்லா
மம்மிகளையும் தாயே! என்றே
நாம் விளிக்க வேண்டுமென்பதை
இந்த பொன்னான தருணத்தில்
கூறிக்கொண்டு...
இப்படித்தான் ஏதென்ஸ் நகரிலே
மம்மி என்றழைக்கப்பட்ட அம்மாக்களெல்லாம்
பிரிட்டீஷ் ஆட்சிக்காலத்திலே
மார்க்சிம் கார்க்கியின் தாய் சொன்னது போல
சொட்டுச் சொட்டாய் பனி
பெய்யும் அவ்விரவில்..மம்மிக்கு
தேர் தந்த வள்ளலென பெயர் பெற்றான்
வென்றது பாஞ்சாலங்குறிச்சி! என்று
முழங்கிய பலே நெடுஞ்சேர் கொடிக்கிழான்!
ஆகவே நாம் நம் முன்னோர்கள்
எவ்வழி நடந்தார்களோ
அவ்விதமே இனி மம்மியை தாய் என்றே
அழைத்து மகிழ்வோமென இந்த நேரத்தில்
உங்களிடம் கூறிக் கொள்ள
கடமைப்பட்டிருக்கிறேன்!

# சிறுவன் எர்னி

**சி**றுவன் எர்னி தனக்கு தேவையான விளையாட்டு
ஜாமான்களை வாங்கித் தந்தே தீரவேண்டுமென்று
அவன் பெற்றோரிடம் அடம் பிடிப்பதில்லை!
மண்ணில் உருண்டு போலிக் கண்ணீர் வடித்துப்
புரண்டு சட்டையை அழுக்காக்கிக் கொள்வதில்லை!
திருவிழாக் காலங்களில் சக நண்பர்கள் புத்தாடை
அணிந்து சிலுப்பிக் கொண்டு திரிவதைப் பற்றி
புகார் எதையும் அவன் அண்ணன்மார்களிடமோ
எந்த நேரமும் போனும் கையுமாகவே இருக்கும்
அக்காள்மார்களிடமோ வைப்பதில்லை! சிறுவன் எர்னி
தன் தேவைகளை எடுத்துக் கொள்கிறான். அது
தவறானது என்று அவன் பெற்றோர் கண்டிப்பதற்கு
பதிலாக ஊக்குவித்து மகிழ்வதை வாடிக்கையாக
கொண்டிருந்தனர். –சிறுவன் எர்னிக்கு திருட்டு ரயில்
ஏறுவது எப்போதுமே பழக்கம் தான்.
தொலைந்து போகாமல் வீடு திரும்புவது எப்படி?
என்கிற கோட்பாடுகள் அனைத்தும் அத்துபடி அவனுக்கு!
கடைசியாக சிறுவன் எர்னி உங்களுக்கும் தம்பி தான்!

# நூர்சேட் பீடி

நூர்சேட் பீடி மட்டுமே குடிக்கும்
அண்ணனுக்கு மனநிலை கோளாறு
ஏற்பட்டது எப்போதிருந்து என்றெனக்குத்
தெரியாது! அண்ணனை ஊரை ஒட்டியுள்ள
குறுநகரங்களில் கைநீட்டிக் கொண்டிருக்கையில்
பார்த்திருக்கிறேன்! ஏமர்ந்தாற்போல் என்னிடமும்
ஒருநாள் கை நீட்டி விட்டு, அட நீயா? என்று
ஒதுங்கிப் போய் விட்டார்! அண்ணனை
போனமாதம் உள்ளூரில் நாவிதர் கடையில்
அமரவைத்து மொட்டை போட்டுக் கொள்ளச்
சொல்கையில் அமைதியாக போட்டுக் கொண்டார்!
அடுத்து பைப்படியில் குளிக்கச் சொல்கையில்
அமைதியாக குளித்து முடித்தார்! பின்பாக புது வேட்டி
சட்டை கொடுக்கையில், 'என்னை சாமி பண்றீங்களா?'
என்றார்! அணிந்து முடித்ததும் பழைய ஞாபகத்தில்
ஒரு நூர்சேட் பீடி இருந்தா ஒன்னு குடேன்! என்றார்.
கோல்டு பில்டர் எடுத்து நீட்டியதும்,
'சாமிக்கி வெள்ளக்கார சிகரெட்டா? தீப்பெட்டி
யாரு குடுப்பா உங்கொப்பனா?' என்று கேட்டு வாங்கி
பற்றிக் கொண்டு தீப்பெட்டியோடு கிளம்பி விட்டார்!
அடுத்த நாள் குறுநகரம் ஒன்றில் அவரைப்
பார்க்கையில் பழைய லுங்கியுடனும் ஒரு அழுக்குத்
துண்டுடனும் கை நீட்டிக் கொண்டிருந்தார் அண்ணன்!

## அம்மா பேச்சு

–உங்கொக்காளுக்கு பேயி புடிச்சி
புருசங்காரனை கடிச்சு வச்சுட்டாளாமாடா..
சண்டையின்னா இத்தினி நாளு இருந்தாப்
போச்சாது, இப்பவாச்சிம் ஒரு எட்டு போயி
உம்பட மச்சான் கிட்ட என்ன ஏதுன்னு
விசாரிச்சிப் போட்டு வந்துடேன்டா சம்முவா?
நா வேணா போக வர உம்பட புட்டுர்
பைக்கிக்கி தண்ணி ஊத்த காசு தர்றேன்.
அவள நானு எப்புடி எல்லாம் வளத்தியிருப்பேன்
ஒரு விசுக்கா சாமத்துல மூச்சுப்பேச்சு
இல்லாமக் கெடக்காளேன்னு இங்கிருந்து
ஆசுபத்திரிக்கி ஆறு மைலு தூக்கிட்டே
போனனாக்கோ சாமி! இந்தக்கையால எத்தினி வாட்டி
அவ இசிய வழிச்செடுத்துப்போயி ஜிம்மியக்
கூப்புட்டு குடுத்துருப்பேன்! அத்தனையும் அவளக்
கட்டிக் குடுத்ததும் மறந்துட்டு ஆயாகாரி
எனக்கு எனத்த அவுத்துக் குடுத்தான்னு
பேசிப்போட்டாளே! அப்பவே அவளுக்கு
பேயி புடிச்சிருக்குமடா ராசா! பக்கத்தூட்டு
சிங்காரி தான் பேயாப்போயி அவள புடிச்சி
ஆட்டுறாளோ என்னுமோ தெரியலையேடா!
டேய்! சாமி ஒரு எட்டு போயி அவ
எப்பிடி இருக்காளுன்னு பாத்துட்டு
வந்துடுடா என் ராசா சம்முவா! அவ நல்லா
இருக்கான்னு நீ வந்து சேதி சொன்ன
பொறவுதான் உங்காத்தா நானு ஒரு வா
பேஞ்சு சோறு உம்பேன் பாத்துக்க!

# விளையாட்டு

அவனோ அழுதபடி இருந்தான்
அவனிடம் எதைச் சொல்லி
அழாதே என்று தேற்றுவது
எனத் தெரியாமல் தவித்தபடி
இருந்தாள் அவள்.
திடீரென அவள்
அவன் முன்பாக மல்லாந்து விழுந்தாள்
உடை கலைந்து!
அவன் அழுகையை நிப்பாட்டி
அவள் உடல் அழகை காண
இரு கண் போதாதென விழுங்கினான்
அழுகை நின்றது தெரிந்ததும்
எழுந்தமர்ந்தாள் அவள்.
அவன் அழத்துவங்கினான் மீண்டும்.
அவள் மல்லாந்து சாய்ந்தாள்.
இந்த விளையாட்டு நடந்து
கொண்டேதான் இருந்தது.
ஈடன் தோட்டத்தில் ஆரம்பித்த
காலம் தொட்டு இன்று வரை!

# ஆயத்தம்

பெருமரங்கள் வெட்டி விழும் ஓசை
எப்போதுமிருக்கும் இந்த வனத்திலிருந்து
நான் சீக்கிரமேனும் பறந்து கிளம்ப
ஆயத்தமாக வேணும்! ஒவ்வொரு மரம்
வீழ்கையிலும் என் இருதயம் பகீரென
ஒரு நிமிடம் நின்று விடுகிறது!
அருகிலிருக்கும் பறவையினங்கள்
எல்லாமே இந்த உலகம் அழிந்து விட்டது போல
கீச்சிட்டு அலறி திசை தெரியாமல்
பறந்து கிளம்புகின்றன! சீக்கிரம் நானும்
கிளம்பவேணும் இந்த வனத்தை விட்டு!
அதற்கு என்னிடம் தேவை சிறகுகள் மட்டுமே!
நானும் இந்த வனத்தின் ஒரு உயிரி தான்
அதனால் தான் ஊர்ந்து கடக்கவேணும் முயல்கிறேன்!

## வைரஸ் கவிதைகள்

எதற்கும் கொஞ்சம் அடக்கிக் கொள்ளுங்கள்
உங்களின் அழுகையை.
எல்லாமும் விளக்கமாய் சொன்னவர்கள்
இதையும் சொல்லாமல் விட்டிருக்கிறார்கள்.
நான் உங்களுக்காக கிராம பஞ்சாயத்தில் பேசிவிட்டேன்.
அவர்கள் யூனியனில் பேசி நகராட்சியில் என்ன
பதிலைக் கொடுப்பார்களோ அதன் பிரகாரம்
நடந்து கொள்ளச் சொல்லியிருக்கிறார்கள்.
அவர்கள் அனுமதி கொடுத்த
பிறகு நீங்கள் பொது இடத்தில் நின்று
கூட்டமாக ஒப்பாரியை துவங்கலாம்.
அது வரை அடக்கிக் கொள்ளுங்கள்
உங்கள் அழுகையை.
000

அவநம்பிக்கைகள் சூழ்ந்து கொண்ட
வாழ்வினுடைய நாட்களை ப்ரேக்கிங் நியூஸ்
பார்த்தபடியே உச்சுக் கொட்டிக்கொண்டு
வயிற்றுப்பசிக்கு சுடுகஞ்சி குடிக்கிறோம்.
உப்பு அதிகமாய்..
இல்லையில்லை.. உப்பே இல்லை..
ஒன்றும் தெரிவதில்லை இந்த நாக்கிற்கு!
000

## தலைவர் வாழ்க

தலைவர் எந்த நேரமும் மக்களைப்பற்றியே
சிந்திப்பதால் தலைக்குடைச்சலில் அவதியுறுபராகவும்
மக்கள் நாளொன்றுக்கு ஒருவேளை உணவு
மட்டுமே உண்பதாய் புலனாய்வு அதிகாரிகள்
சொல்கையில் துக்கம் பீரிட்டு கதறுவதாயும்
அவ்வப்போது அவரது நாற்காலியை சுத்தப்படுத்தும்
நம்பிக்கையான அடிவருடிதெரிவித்தான்.

போக
தலைவர் இரண்டு மணிநேரத்திற்கு ஒருமுறை
சானிடைசர் உபயோகித்து கைகளை
சுத்தப்படுத்திக் கொள்வதாகவும்
பாத்ரூமில் கால்மணிநேரம் நின்று கைகளை
சோப்புக்கட்டியால் கழுவிக்கொள்கிறாரென்றும்
நம்பத்தகுந்த வட்டாரங்கள் தெரிவிக்கின்றன!

தலைவர் செய்தியாளர்களைச் சந்திக்க வருகையில்
கபசுரக்குடிநீர் அருந்திவிட்டு மாஸ்க் அணிந்து தான்
வருகிறாரென தொண்டர்கள் தெரிவிக்கின்றனர்.

தலைவர் எந்த நேரத்தில் எதைச் சொல்லப்போகிறாரென
கூடவே சுற்றும் அல்லக்கைகளுக்கும் தெரிவதில்லையென்ற
கூப்பாடும் அவரது இல்லத்திலிருந்து கேட்பதாய் தெருவோரத்தில்
வசித்திருக்கும் குடும்பமொன்று கூறிற்று!

தலைவர் நமக்காக எதையும் செய்ய
24 மணிநேரமும் அயராது பாடுபட
வாக்களித்த, வாக்களிக்காத அனைவரின் நலனுக்காகவும்
பாடுபட தயாராய் இருக்கிறார் என்றே
நாம் நம்பிக்கையை வைப்போம்!

தலைவரின் செயல்கள் எதுவும் செரியில்லையென
தூற்றுவோர்கள் பேசமறந்து ஊமைகளாகட்டும்!
தலைவரையும் தொற்று பிடித்து ஒரு ஆட்டு ஆட்டாதா
என விரும்பும் தொண்டர்களின் எண்ணம் செத்து
மண்ணோடு மண்ணாக நாம் குலதெய்வக்கோவிலில்
தீபமேற்றி வேண்டுவோம்!

கொரனா வைரஸ் ஒழிக! தலைவர் வாழ்க!

## நம் பயணம்

பசியை நாக்கில் தொங்க விட்டபடி நாற்கரச் சாலையை
நக்கிச் சென்று கொண்டிருக்கும் அந்த நாய் எங்கள் வீட்டில்
வளர்க்கப்பட்ட நாயல்ல!

ரயில்வே தண்டவாளத்தில் கற்களைக் கொத்தி
உண்டபடியே சென்று கொண்டிருக்கும் அந்தக் கோழி
எங்கள் வீட்டில் வளர்க்கப்பட்ட கோழியல்ல!

சல்லிக்கற்கள் தனக்கான உணவல்ல
என்பதையறிந்த வெளிமாநில கோழி அது!
அது போலத்தான் அந்த நாய்க்கும் தெரியும்
தார்ச்சாலையை நக்கியபடி சென்றால் பசியாறாதென!

இரண்டும் தங்கள் மாநிலத்துக்கு வேறு வேறு
பாதையில் பயணப்பட்டு சென்றுவிட முயற்சிக்கின்றன.

இங்கு எதுவும் எங்களைக் கேளாமல் எப்படி நிகழலாம்?
தன்னிச்சையாக எந்த விலங்கினமும் இங்கே செயல்படக்கூடாதென
படித்துப் படித்து சொல்லிக் கொண்டிருக்கிறோம் அதைக் காதிலேயே
வாங்கிக் கொள்ளாமல் என்ன நடக்கிறது இங்கே?

அமைதி கொள் கோழியே! என் அருமை நாயே!
செல்லவிரும்புமிடத்திற்கு கூடிய சீக்கிரம்
ரதத்தில் பயணிக்கச் செய்கிறோம்!

## நல்லோர்கள் வாழ்வைக் காக்க!

தலைவரையும் தலைவரின் எல்லா
திரைப்படங்களையும் அவனுக்கு பிடிக்கும்.
வீட்டிலேயே இருங்கள் என்று அரசு
அறிவித்த பிறகு மனைவிக்கு உதவியாய்
சமையல்கட்டில் நின்றிருந்தவன் நாட்கள்
நகர நகர தனித்தே சமையல் கட்டில்
நின்றுவிட்டான்.

மனைவியும் அம்மாவும் தாயக்கரம்
ஆடிக் கொண்டிருக்க சமையல் முடித்த
கையோடு டிவி பார்க்கத்துவங்கினானவன்.
தலைவரின் புதிய படம் போட்டிருக்கிறார்கள்.
இதைத்தான் தியேட்டரில் இரண்டாம் நாளே
சென்று பார்த்திருந்தான்.

தலைவர் படம் வெளியாகிற பழைய நாட்களில்
கூட்டமாய் தியேட்டரில் ரசிகர்களோடு அமர்ந்து
லாட்டரி டிக்கெட்டுகளை சுக்குநூறாய்க் கிழித்து
திரை நோக்கி வீசி மகிழ்வான்.
தலைவர் டொக்காகி விட்டாரோ?
அன்று தியேட்டரில் எண்ணி பதினொரு பேர் தான்
தலைவரை பார்க்க அமர்ந்திருந்தார்கள்.
தலைவர் திரையில் முதலாக தோன்றும் காட்சியில்
இவனாக விசில் போட்டான்.

'நான் சீக்கிரம் வருவேன்' என்று தலைவர் சொன்னபோது
இவனுக்கு மீசை நரைக்காமல் இருந்தது.
இப்போது தலைவரைப் போன்றே மீசைக்கும்

டையடிக்கத் துவங்கி விட்டிருந்தான்.
டிவியில் செய்தி சேனல் பக்கமும் சென்றான்.
தலைவர் மத்திய அரசுக்கும், தமிழ்நாடு அரசுக்கும்
எத்தனை கோடிகள் கொடுத்தாரென இவனுக்கு
தெரிந்து கொள்ள ஆர்வமாயிருந்தது.
தலைவர் விளக்குப் பிடித்து விட்டு வீட்டினுள்
கையசைத்தபடி சென்றார். - இவனும்
கையசைத்தான் தலைவருக்கு.

திரைப்படத்திற்கே திரும்ப வந்தான்.
'வந்துட்டேன்னு சொல்லு' என்றார் தலைவர்.
டிவியை நிறுத்தி விட்டு சோகமாய்ப் போய் கட்டிலில் சாய்ந்தான்.

அலைபேசியை எடுத்து நண்பர்களுக்கு
சொல்லிக் கொண்டேயிருந்தானவன்.
'தலைவரு உண்டுனா ஒரு தொகையை
குடுத்துட்டு வெளிய காட்டிக்க விரும்பலன்னு
சொல்லிட்டாராம்!'

# ஏன் வந்தீர்?

வேறு வழியேதுமில்லை.
அவர்களுக்கு இப்போது தான்
பயம் தொற்றிக்கொண்டிருக்கிறது.
சட்டியில் இருந்தால் தானே ஆப்பையில் வரும்
என்றும் தெரிந்து விட்டது.
இங்கு சம்பாதித்துத்தான் ஊருக்கு
அனுப்பிக் கொண்டிருந்தார்கள் அவர்கள்.

இத்தனை வருடங்கள் மாடாய் உழைத்தும்
முதலாளிகள் கை விரித்து விட்டார்கள்.
தங்கியிருந்த அறைகளில் எத்தனை நாட்கள்
தான் ஈரத்துணியை வயிற்றுக்கு கட்டிக் கொண்டு
படுத்துறங்குவது?

நாளுக்கு நாள் தொற்றெண்ணிக்கை கூடிக்
கொண்டேயிருக்கிறது.
ஊருக்குச் செல்ல பேருந்தையோ,
ரயில் வண்டியையோ கேட்பதற்கும்
வைரஸ் பயத்துடன் சாலையில் அமர்ந்து
போராட வேண்டியிருக்கிறது.

அதிகாரிகள் அப்போதைக்கு சமாதானப்படுத்தி
அறைக்குள்ளேயே போய் படுத்துறங்குங்கள்
என்று சொல்கிறார்கள்.
நாளையும் அவர்கள் சாலைக்கு வந்து
நின்று 'அனுப்பி வையுங்கள் எங்களை'

என்று கேட்பார்கள். - ஒட்டு மொத்த
குரல்களும் நாளை மீண்டும் சாலை நடுவே
உங்களுக்கு கேட்கையில்
‘யாரைக் கேட்டு வந்தீர்கள்?’ என்று மட்டும்
கேட்டு விடாதீர்கள்!

## துக்கத்தின் தனிமை

என்னை நானே தனிமைப்படுத்திக் கொண்டேன்
எனத்தான் நினைக்கிறேன்!
வெளியில் வீணாய்ச் சுற்றாதீர்கள் என்று அறிவித்திருக்கிறார்கள்.
நான் வீணாய்ச் சுற்றும் மனிதன் தான்.
ஒரு ப்ளாக்டீ குடிப்பதற்காகவே குறுநகர் நோக்கி
கிராமத்திலிருந்து எனது வாகனத்தில் தினமும்
சென்று வந்தவன் தான் நான்.
இனி நான் எப்போதும் செல்லும் மலையாளத்தான்
பேக்கரிக்கு செல்லவே முடியாது போலிருக்கிறது!
எப்போதேனும் மாடியிலிருக்கும் எனதறையிலிருந்து
இயற்கை உபாதையை நீக்கிக் கொள்ள வெளிவருகையில்
வானில் இருக்கும் நட்சத்திரக் கூட்டங்களில்
ஒருசில மின்னிக்கொண்டு கீழ்வந்து வீழ்ந்து மடிகின்றன.
சில தங்களை எவ்விதமேனும் மறைத்துக் கொள்கின்றன.
நோய்த்தொற்று எப்படிப் பரவுகிறதென இன்னமும்
யாருக்கும் தெரியவில்லை! -உயிரோடிருக்கிறேன்
என்பதை வாழ்ந்துகொண்டிருக்கிறேன் என்று
அலைபேசியில் அடுத்தவர்களுக்கு சொல்லி மகிழ்கிறேன்.
அரசாங்கம் என் வீட்டு வாசலில் ஒரு மாயக்கோட்டை
வெள்ளை நிறத்தில் இழுத்து விட்டிருக்கிறது.
அதைத்தாண்டி விட கால்கள் துடிக்கின்றன.
சும்மாவே யாரோ என்மீது துயரங்களை திணித்து விட்டு
கிடடா இப்படியே! என்று போய்விட்டார்களோவென
அச்சமாயிருக்கிறது! -உனக்கு பசியெடுக்கிறதா? என்று

கேட்கவேணும் யாராவது என் வாசலுக்கு வருவார்களாவென
கதவைத்தாழிடாமல் விட்டு வைத்திருக்கிறேன்.
வானத்திலிருந்த இருட்டு முழுவதும் ஒருநாள் கதவை
நகர்த்திக் கொண்டு வீட்டினுள் வந்து விட்டது!
அதை நோக்கி 'எனக்கு பசியாயிருக்கிறதென'
சொல்லத்தான் முடியவில்லை!

## மிருதங்கம் வாசிக்கப்படத்தான்

குனிந்து குனிந்து மம்பட்டியால்
சவக்குழி வெட்டிக் கொண்டிருந்தவனுக்கு
உடல் முழுதும் வியர்வை
பெருக்கெடுத்துக் கொண்டிருந்தது.
தனித்தே அவன் முதுகில் வைத்து
தூக்கி வந்திருந்த பிணம்
உச்சி வெய்யிலில்
சிரித்துக் கொண்டு படுத்திருந்தது.
000

பிணங்களை இடுகாட்டில் புதைப்பதற்கு
நான்கு பேர் சென்றால் மட்டும் போதுமானது என
அரசாங்கம் அறிவுறுத்தியிருக்கிறது.
உடல்மூடிய நீல வர்ண உடையணிந்த நால்வர்
பிணத்தை தூக்கி வருவதைப் பார்த்து
புதிய குழிமேடுகளில் அவ்வப்போது
முனகல் சப்தம் எழுகிறது!
"குழிக்குள்ள பார்த்து மெதுவா தூக்கிப் போடுங்க!
நீங்க சம்பிரதாயங்கள் செய்யலனாலு பரவால்ல!"
000
போராட வேண்டியிருக்கிறது ஒவ்வொரு நாளும்.
இயற்கை அழிவுக்கு எதிராக,
விலங்கினங்களின் அழிப்புக்கெதிராக,
கச்சா எண்ணெய் விலையேற்றத்திற்காக,
விலைவாசி உயர்வுக்காக,

பாலியல் குற்றங்களுக்கெதிராக,
கொள்ளையடிக்க கிளம்பும் பள்ளிகளுக்கெதிராக,
இப்படி பல எதிராக எதிராக...
ஆனால் கோவிட் 19-க்கெதிராக
போராடுவதாகச் சொல்லி வீட்டினுள்
பிணத்திற்கொப்பாகக் கிடக்கிறேன்
வெற்றுச்சுவரைப் பார்த்தபடி!
000

பிரசவ அறையில் பிறந்த குழந்தையின்
தொப்புள்கொடியை பாந்தமாய்
துண்டித்தாள் மருத்துவமனை தாதி.
'கோவிட் 19 தலைவிரித்தாடும்
காலத்தில் பிறந்த கண்ணே!
புதிய உலகிற்கு உனை வரவேற்கிறேன்!'
பற்கள் முளைத்திருந்த குழந்தை
தாதியைப் பார்த்து சிரித்தது!

# கடவுள்

என் கடவுளைப் பார்த்து வர
சூடம் ஊதுபத்தி தீப்பெட்டியோடு
சென்றிருந்தேன்!
யாரோ என் கடவுளுக்கு
முகக்கவசத்தை அணிவித்து
போயிருக்கிறார்கள்!

மூச்சு வாங்க சிரம்மாய் இருப்பதாய்
என் கடவுள் குரல் கேட்டது சுவரெங்கிலும்!
'இதோ' வென முயற்சித்தேன்.
உருவாஞ் சுருக்கிட்டிருந்தால் எளிதாக
பணியை முடித்திருப்பேன்.
ஏகப்பட்ட முடிச்சுகளோடு இருந்ததால்
முடிச்சவிழ்க்க முடியாமல் திணறினேன்.

'என் கையில் வீணே இருக்கும் கத்தியை
எடுத்தேனும் முயற்சியேன்' அசரீரி தான்.
கடவுளின் கையிலிருந்த கத்தியை உருவி
மாஸ்க் முடிச்சை அவிழ்த்தேன்!
புஸ்ஸென்று புகை மண்டலமாயிற்று
அந்த இடம்!

எல்லாம் சரியாகி கண்திறந்த போது
கையில் கத்தி பிடித்தபடி நான்
அவர் மேடையில் அமர்ந்திருந்தேன்.
கடவுள் இடத்தை காலி செய்திருந்தார்.

## வியாபாரி

நீ ஏன் நாட்டு நாய்க்குட்டிகளை
ராஜபாளையம் சென்று வாங்கி வந்து
வீணாய்க்கிடக்கும் உன்
கோழிப்பண்ணைக்குள் விட்டு
வளர்க்கக் கூடாது? மக்கள்
பண்ணைக்கு தேடி வந்து
வாங்கிச் செல்வார்கள்! நாய் ஒன்றுக்கு
நூறிலிருந்து இருநூறுவரை லாபம்
வைத்து விற்றால் உனக்கு சந்தோசம்
தானே! என்றான் நண்பன்.

அல்லது தஞ்சாவூர் சென்று
ஒரு லோடு பொம்மைகளை
ஏற்றி வந்து உன் கோழிப்பண்ணைக்குள்
இருப்பு வைத்து ஊர் ஊராய்
ஆட்டோவில் போட்டுச் சென்று
பதிவு செய்யப்பட்ட சின்னக் கொடை
ரேடியோவில் விளம்பரம் செய்து
வியாபாரியாக ஏன் மாறக்கூடாது?

‘அண்ணே வாங்க! அக்கா வாங்க!
உங்க கொழந்தைகள் இந்த கொரனா
காலத்தில் மகிழ்ச்சியாக வீட்டில்
விளையாட தஞ்சை பொம்மைகள்!
கொறஞ்ச வெலையில விற்பனை செய்யுறோம்!

வாங்க! வாங்கக்கா!’ நாலு பொம்மைகள்
வெறும் நூறே ரூவா தான்!’

‘ஈபாஸ் எடுத்தாவது
பெங்களூர் கூட்டிச் சென்று
உன் ஒரு விரையை விற்று
காசாக்கி வந்து தொழிலை துவங்கி
விடுகிறேன்’ என்றேன்.

கொரனா காலமோ
வேறு என்ன காலமாகவோ
இருந்தாலும் அறிவுரைகளுக்கு
பஞ்சமே இருக்காது தான் போல!

## சீதாவின் கவிதை

சீதா பத்தாப்பு முடித்திருந்தாள்.
எந்தக் கடமானைத் தேடியும் அவள்
தன் வீட்டு வாயிலில் அமர மாட்டாள்.
அவளை கவர்ந்து போக பக்கத்து
மாநிலத்திலிருந்து கூட வரமாட்டான் எவனும்..
அப்படி நடந்தாலும் உள்ளூரிலிருந்து கூட
யாரும் அவளைக் காக்க போக மாட்டார்கள்.
சீதா நூறுநாள் வேலைத்திட்டத்தில்
கடந்த இருவருடங்களாக பணியாற்றி
தன் வயதான தந்தையையும்
தன்னையும் காத்து வந்தாள்.
ஐம்பது நாட்களாக பணியில்லாமல் போனதால்
ரேசனில் இலவச அரிசி பெற்று
கஞ்சி குடித்து மகிழ்கிறாள் சீதா.
கையில் நூறு ரூபாய் கூட இல்லையென்ற
கவலையின்றி வாழும் சீதாவுக்கு
பக்கத்து வீட்டிலிருந்து சமையல் வாசம்
வருகையில் மட்டும் தந்தைக்கு
மாஸ்க்கை அணிவித்து தானும்
அணிந்து கொள்கிறாள் !

## கொரோனா காலம்

மழை பெய்து முடிந்திருந்த அந்த இருளில்
தனியே அது நுகர்ந்து நுகர்ந்து
அங்குமிங்கும் பார்த்தபடி
ஓடி வந்துகொண்டிருந்தது.

இருளில் அவன் கண்களுக்கு
முதலையொன்று வருவது போன்றே
தெரிந்தது.- சற்று உற்றுப் பார்க்கையில்
அதுவொரு எறும்புத்தின்னி என்றுணர்ந்தான்.
இப்பொதெல்லாம் காட்டு விலங்குகள்
ஊருக்குள் வந்து வந்து போகின்றன.

எறும்புத் தின்னியின் உருவத்தைப் பார்த்தால்
அது எறும்பை மட்டுமே உண்டு வாழும்
ஜீவனல்ல என்றே அவனுக்குத் தோன்றியது.
அது சலசலத்தபடி சிற்றோடை போன்று
ஊர் வீதிகளில் ஓடிக் கொண்டிருக்கும் நீரில்
நிதானமாக நடக்கத் துவங்கிற்று.

திறந்திருந்த வீடுகளின் கதவின் வழியே
எதையோ தேடுவது போன்று உள் நுழைந்து
உள் நுழைந்து வெளியேறி ஊர் வீதியில் சென்றது.
ஊரடங்கு காலத்தில் இந்த இரவிலும்
எதற்காக கதவுகளை திறந்து வைத்து உறங்குகிறார்கள்?

பளீரென வானில் மின்னல் ஒன்று வெட்டியது.
அவனுக்கு கண்களே இருண்டது போலாயிற்று.
நிமிடம் கழிந்து கண்களைத் தேய்த்துக்
கொண்டு பார்க்கையில் இவன் வீட்டின்
கதவருகே வால் நுழைவது தெரிந்தது.

பதை பதைப்போடு தண்ணீரில் கால்களை
உயர்த்தி உயர்த்திச் சென்றான்.
வானில் காதைச் செவிடாக்கும்படி
இடி ஒன்று குடீரென இடித்த சமயம்
மின்சாரம் போய் இருளுக்குள்
ஊர் மூழ்கியது.

அலைபேசியின் விளக்கை உயிர்ப்பித்து
கைதட்டியபடி தன் அறைக்குள் நுழைந்தான் அவன்.
இவனது படுக்கையின் மீது களைப்புடன்
அந்த எறும்புத்தின்னி படுத்திருந்தது.

அடுத்த நாள் அவனை தொற்று
இருப்பதாக மருத்துவமனை ஊர்தி வந்து
கூட்டிப் போயிற்று!

# பயணம்

ஒரு மூட்டை அரிசியை இரு சக்கர
வாகனத்தில் வைத்துக் கொண்டு
ஊர் சுற்றிக் கொண்டேயிருக்கிறார் சின்னச்சாமி
சோதனைச் சாவடிகளில் விசாரித்தால்
கட்சியின் நிவாரண அரிசியை கொண்டு போவதாய்
ஆகாசம் அளவு புளுகுகிறார் சின்னச்சாமி.
ஒரு மூட்டை அரிசி ஒரு மாதமாக
அவர் வண்டியிலிருந்து இறங்கவேயில்லை.
சின்னச்சாமி மத்திய அரசு அனுப்பி வைத்த
கொரோனா புலனாய்வு அதிகாரியாகவும்
இருக்கலாமென ஊர் பேசுகிறது.

## கொரனா கால குறுங்கவிதைகள்

பத்துத் தலைகள் கொண்ட
மனிதர் ஒருவர் சொந்த மாநிலத்துக்கு
ரயில்வே பாதை வழியாக எட்டுக்கால்
பாய்ச்சலாய் ஓடுவதை பார்த்த
அரசாங்கம் துணுக்குற்றது!

காற்றின் எதிராக சிறகை பலமாய்
விரித்தசைத்து வேப்பைமரக் கிளையில்
வந்தமர்ந்த இரண்டு காகங்களும் அறிந்திருக்கலாம்
ஊரடங்கின் போது சாலையில் வாகனங்கள்
செல்லாதென!

கொரோனா தடுப்புப் பணிகளை எவ்விதம்
முன்னெடுப்பது? என்பது பற்றி அதிகாரிகள்
ஆலோசித்துக் கொண்டிருக்கையில்
அரசனா மலைக்கும் பின்புறமாக
மறைந்து கொண்டிருந்த மாலைச்சூரியன்
தன்னைப் பார்த்து கண்ணடித்துவிட்டுச் சென்றதாய்
யுவதியொருத்தி தன் அம்மாவிடம்
புலம்பிக் கொண்டிருந்தாள்.

உணவகத்தின் வெளிவாசலில் வெறும்
இட்லியை கையில் பிடித்திருந்த சிறுமி
வேகமாய் வாயில் திணித்து விழுங்கி விக்குகையில்
அச்சிறுமியின் விக்கலிலிருந்து
புலம் பெயர்ந்து கொண்டிருந்தது
உலகத்தின் அத்தனை நம்பிக்கைகளும்

## வெட்டுப்பட வந்த கிடா

**பை**யனின் காதுகுத்துக்கு எனச்சொல்லி
கிடாய் ஒன்று வாங்கி விட்டிருந்தேன்.
அது வீட்டு வாசலில் தினமும் விடிகாலையில்
சேவல் கூவுவது போன்றே எங்களை கத்தி எழுப்பிற்று!
ஆட்டுக்குத்தெரியும் போலிருக்கிறது
உள்ளூர் ஆத்தாவின் திருவிழாவுக்கு
வெட்டுப்பட வெளியூரிலிருந்து வந்திருக்கிறோமென!

எனக்கென்னவென்றால் திருவிழா அன்று
பொங்கல் வைத்தால் திசை பார்த்து பொங்க வேண்டும்.
காதுகுத்தும் நிகழ்வுக்கு காலம் தாழ்த்தாமல்
உறவுச்சனம் வந்திட வேணும்.
இந்தக்கிடா சீக்கிரமாய் துளுக்கி,
சரியான வெட்டு வாங்கி
துள்ளி அடங்கிடவேண்டும்.

மதியம் ஒருமணிக்குள் விருந்துப்பந்தலுக்குள் டேபிள்
சேர்களை வரிசையாய் போட்டு உறவுச்சனத்தை
சாப்பாட்டுக்கு அழைக்கோணும்!
மொட்டையடித்து சந்தனம் காய்ந்து சுற்றும்
பையன் கையில் பணம் குவியவேணும்!
சமையல்கார ஆளுக்கு பாக்கித்தொகையை கொடுக்கோணும்.

சாப்பிட்டவர்கள் வெற்றிலை போட்டபடி சேரில் அமர்ந்து
எலும்புக்கொழம்பு சூப்பர்னும்,
பிரயாணில ரெண்டு உப்பு சாஸ்தின்னும்,

பச்சைப்புளி ரசம் டம்ளர்ல வாங்கி
குடிச்சேன்னும் பேசணும்!

எல்லோரும் சென்ற அமைதியில் மறைவிடம் தேடியோடி
எலைட்டில் வாங்கிவந்திருந்த சரக்கில்
ஒரு டம்ளர் ஊற்றி
கடக்கென கவிழ்த்துக்கொண்டு காரமாய் பண்ணைக்கோழி
துண்டுகள் இரண்டை வாயில் போட்டு மெல்லோணும்.
மீசை தடவியபடி கொழம்பு அண்டா தட்டம் நகர்த்தி
மூஞ்சுட்டுதா? என பார்க்கோணும்.
கடைசியாய் சாப்பிடும்
உள்ளூர் பெண்களைப்பார்த்து கேனை இளிப்பு
ஒன்று காட்டிவிட்டு மீண்டும் கமுக்கமாய் அடுத்த
டம்ளர் சரக்குக்கு வந்துடோணும்!

சித்தங்கூரியத்தில்
'வாசல்ல கட்டி வச்சிருந்த எம்பட ஆடெங்களே?'
'பையனைப்போயி தூக்கியா.. காதுகுத்த போலாம்!'
அப்படின்னு வீட்டு வாசல்ல அலப்பரையப்போடணும்!
அப்பத்தான விருந்து ஊடு கலை கட்டும்!
நாலு சனம் நாலெடத்துல நல்லவிதமா பேசும்!

# மொண்டிக்காகம்

எல்லா ஊர்களிலும் கோவில்கள்
எல்லா கோவில்களிலும் சாமிகள்!
எல்லை காக்கும் சாமி எல்லா ஊர்களுக்கும்..
ஊர்க்காக்கும் சாமிகள் எல்லா ஊர்களிலும் நடுவாந்திரத்தில்!
ஊரில் உள்ளவர்கள் நிலக்கடலை,சோளம் பயிரிட்டு
முடித்தபின் வானத்தை அன்னார்ந்து பார்த்தும்
ஊர்ச்சாமிக்கு அம்மாவாசை பௌர்ணமி
பூஜை போட்டும் மழை கேட்கிறார்கள்!
ஒருகால் இழந்த உள்ளூர் மொண்டிக்காகம்
கோபுரத்தில் அமர்ந்து கிழக்கே பார்த்து கரைகிறது!

,

நிலக்கடலை, சோளமென பயிரிடுவதை விட தம் காடுகளில்
எல்லோரும் எருக்கலையும் நெருஞ்சியும் பயிரிடலாமென
பரிந்துரைத்தது எல்லைச்சாமி!
உள்ளூர்ச்சாமிக்கு திருவிழா எடுத்தால் எல்லைச்சாமி
முகத்தை திருப்பிக்கொள்கிறது! எப்போதேனும்
சூடம் பற்றவைத்து கும்பிடப்போகிறவர்களிடமெல்லாம்
எருக்கலையும் நெருஞ்சியும் பயிர்செய்ய ஏதுவான நிலம்
இதுவொன்றுதானென்றே குறி சொல்வது
அதற்கு வாடிக்கையாகிவிட்டது! அப்போதும்கூட
அந்த மொண்டிக்காகம் இலைகள் உதிர்ந்துபோன
எலந்தை மரத்திலமர்ந்து கிழக்கு நோக்கி கரைகிறது!

# காலமாற்றம்

எங்கள் ஊருக்கு ரோடு ரோலர்
வந்த போது நாங்கள் எல்லோரும்
அதன் பின்னுக்கே சுற்றினோம்!
ஜல்லி கொட்டவும், தார் ஊற்றவும்
வந்தவர்களின் சாக்குப்பை பூட்ஸுகளின்
அழகைப்பற்றி விவாதித்தோம்!
சாலை ஊரைத்தாண்டிச்சென்றபிறகு
ஊருக்கு வந்த ரோடு ரோலரைப்பற்றி
சிலகாலம் பள்ளிவளாகத்தில் பேசித்திரிந்தோம்!

,

பழமை வாய்ந்த கட்டிடமொன்றை சாய்த்து நிரவ
புல்டோசர் ஒன்று சிலகாலம் கழித்து ஊருக்குள்
வந்தபோது நாங்கள் டோசரின் பின்னால் சுற்றினோம்!
டோசரின் கைகள் யானையின் தும்பிக்கை போன்றே
வான் நோக்கி உயர்ந்து கட்டிடத்தின் உச்சியை சாய்த்தது
என்று எங்கள் தாய் தந்தையிடம் சொல்லி மகிழ்ந்தோம்!

,

பின்னர்தான் நிலத்தைக்குடைந்து
நீரை வெளியேற்ற போர்மிஷின் லாரி
ஊருக்குள் நுழைந்தது! நாங்கள் வழக்கம்போல
போர்மிஷினின் செயல்பாடுகளைப்பார்த்து
வாய்பிளந்து நின்றோம்!

,

அப்போது ஊரின் காடுகளில் பனைமரங்கள் பல நின்றிருந்தன!
பட்டாம்பூச்சிகள் பலவர்ணங்களில் சுற்றியலைந்தன!
கிணறுகளில் தண்ணீர் ஊறி நிரம்பி வழிந்தது!
வீட்டுக்கு வீடு தண்ணீர்ப்பைப்புகள் இல்லை!
காவேரித்தண்ணீர் காவேரியில் மட்டும் ஓடியது!
இந்திக்கார ஜனத்திற்கு
வாடகைக்கு யாரும் வீடு விடவில்லை!

# கிராக்கி

ஒரு ஆட்டுக்குட்டிக்கு தெரிந்திருக்கிறது
சந்தையில் கிலோ ஒன்றுக்கு 900 ரூபாய்
மதிப்புடைய கறித்துண்டுகள் தன்னுடலில் இருப்பதை!
அதனால் அது மகிழ்ச்சியாக துள்ளி விளையாடுகிறது காட்டினுள்.
ஓடியோடி முட்டிமுட்டி பால் அருந்துகிறது தன் தாயிடம்.
மிக வேகமாக பத்து பதினைந்து கிலோ எடையை அடையோனும்..
எஜமானுக்கு விஸ்வாசமாய் இருக்கோணும்..
சீக்கிரமாய் குறுநகர் கறிக்கடை முன்பாக நிற்கோணும்.
ஞாயிறு நாளில் வெட்டுப்பட்டு புனிதத்தை அடையோனும்!
ஒரு ஆட்டுக்குட்டிக்கு தெரிந்திருக்கிறது!
சந்தையில் நல்ல கிராக்கி தனக்கு உண்டென!

## பூக்கட்டும்

என் அன்பிற்குரிய நண்பர்களே!
நீங்கள் அந்த சிறுஇடைக்காரியை வழியில் சந்தித்தால்
எனைப்பற்றி அவளிடம் சொல்லுங்கள்!
உன் பிரியத்துக்குரிய காதலனை புலி வந்து
வனத்திற்கு கவ்வி இழுத்தோடிப்போனதென்று!
அல்லது உங்களுக்கு எப்படித்தோணுகிறதோ அப்படி
அவளுக்கு நான் இல்லாமல் போன சேதியை
தெரியப்படுத்திடுங்கள்!

தவிச்ச வாய்க்கு தண்ணிதராத
தன் தாயிடம் அவள் போய் தகவலை சொல்லிடுவாள்.
அவளோ, குண்டுச்சட்டிக்குள் குதிரையோட்டும் புருசனிடம்
நான் மாயமாய் மறைந்த சேதியை சொல்லிடுவாள்!
பின்பாக நல்லநாளும் கிழமையுமாய் குடும்பமாய் அமர்ந்து
சிறுஇடைக்காரியின் குருபலனை சோதித்து குன்னாங்கல்
குட்டையனுக்கு அவளை மணம்செய்விக்கட்டும் அவர்கள்!

இப்படியாக நான் காணாமலான தகவலை நீங்கள்
அவளிடம் சொல்லியபிறகு அந்த சிறுஇடைக்காரியின்
வாழ்வானது பூத்துக்குலுங்கட்டும்!

## மீதமிருக்கும் சிறகோடு உனக்கென்ன வயிற்றெரிச்சல்?

இரண்டு பிணங்கள் விழுந்த ஊரில் எல்லோருக்கும்
அதிகப்பணிச்சுமை விழுந்துவிடுகிறது!
இரண்டு வீட்டுக்கும் சனம் ஓடிக்கழிக்கணுமே!
பிணப்பாதுகாப்பும் முக்கியமே!

இரண்டு பிணங்களும் ஒருசேர சுடுகாடு
பயணப்பட ஆசைகொள்வதாய்
யாரோவொரு கிழவி சோளி உருட்டிச் சொன்னாள்.
சனநடமாட்டம் அதிகமெனில் சாப்பாட்டு இலைகள்
குப்பைமேட்டில் விழுமே என்று ஊர்நாய்களும்
இரண்டு வீட்டுக்கும் ஓடியோடிச்சலித்தன!

வடக்கே தலைவைத்து படுத்திருந்த பிணங்கள்
யாருக்கும் எதுவும் தெரிந்துவிடக்கூடாதென
மூச்சுவிட மறந்து கால்நீட்டி மல்லாக்க படுத்திருந்தன.

பலூன் பிடித்து விளையாடிக்கொண்டிருந்த
சிறுசுகளை யாரோ அதட்டவும் அந்த இடமே வெறுமையானது!
சுடுகாடு செல்லும் பாதையில் முட்செடிகள்
குழுமியிருப்பதால் அதை ஒதுக்கிவிட நான்குபேர்
கத்தி தூக்கிப்போனார்கள்!

சரக்குக்கு போன ஆள்
சீக்கிரமா வந்துருவானா? என்று பெரியவரொருவர்
விசாரணை போட்டபடி ஊருக்குள் திரிந்தார்.

சின்னம்மா வீட்டு கோழிகள்
'வாள் வாள்' என ஒப்பாரி வைத்துக்கொண்டு ஊரைவிட்டு
ஒதுக்குப்புறம் ஓடின!

கோடித்துணியும் பொரியும் வாங்கப்போன
உள்ளூர் நாவிதன் உச்சிவெயிலில் ஊர்வந்து சேர்ந்தான்.
பந்தம்பிடிக்க வந்த உள்ளூர் வன்னான் போதைமிகுதியாகி
பாடையில் படுத்துருண்டான்.
எழுப்பிப்போக வந்த
தன் மனையாளின் சீலையை உருவிவீசி
ஊர்மத்தியில் வித்தை காட்டினான்!

ஒருவழியாய் ஒருபிணம் சுடுகாடு பிரயாணிக்க
மற்றொரு பிணம் மாலைக்கனம் தாளாமல் புறண்டு படுத்தது!
யாரும் தன் வீட்டினுள் இல்லையென்றதும்
முன்வாசலை எட்டி ஒருபார்வை பார்த்துவிட்டு
பின்வாசல் கதவு வழியே ஊரைத்தாண்டி ஓடியது.

சென்ற வழியெங்கிலும் பூக்கள்
சிதறியிருந்ததால் தப்பிப்போன
பிணத்தை தேடி ஊரார் செல்லவில்லை!
என்னவோ பயத்தில்
பொணமாய் கிடந்த பொன்னுச்சாமி பொறந்த ஊரைவிட்டு
ஓடியிருக்கலாமென சனம் பேசிக்கொண்டது!

பகல்பொழுது முழுக்கவும் காடுகரையில்
எலி வேட்டையை முடித்துவந்த
பாப்பாயாவின் வீட்டுப்பூனைகள்
ஊரின் அமைதிகண்டு புன்னகைத்தபடி
பாப்பாயா வீட்டின் ஜன்னல்வழி நுழைந்து சுருண்டன!

## கலை

நேற்றுமாலை உன் கணவன் சைக்கிள்
ஓட்டக்கற்றுக்கொண்டிருந்த தருணத்தில் தவறிப்போய்
டிச்சுக்குழியில் பிரயாணித்து கால்மூட்டில்
காயப்படுத்திக்கொண்டான்.
இருந்த பச்சை இலைகளை கசக்கி அவன் காயத்திற்கு
மருந்திட்டு பத்திரமாய் உன் வீட்டுக்கு அவனை அழைத்து
வருகையில் நீ தலைக்கு குளித்து முகத்திற்கு பவுடர் பூசி
முன்பொருகாலத்தில் எனை காதலித்த சமயத்தில்
கவர்ச்சிகரமாய் இருந்தது போன்றே இருந்தாய்!
மீண்டும் என்னுள் காதல் பூக்கும் தருணம் வாய்த்ததெனக்கு!
பாலில்லா வரக்காபி தயாரிப்பதாய் நீ சொல்கையில்
நான் மறுத்தேன். எலுமிச்சை பிழியப்படாத காபி சமீப
காலங்களில் ருசிப்பதில்லை எனக்கு! –

உன் கணவன்
இத்தோடு நாற்பதாவதுமுறையாக எனக்கு நன்றி தெரிவித்தான்.
உன் வீட்டிலிருந்து விடைபெற்று நான் தெருவுக்கு வருகையில்
உன் தம்பி தன் டி வி எஸ் ஐம்பதில் வேகமாய் பிரயாணித்து வந்து
டிச்சுக்குழியில் விழுந்து உருண்டான்.
வரக்காபிக்கெல்லாம் நான் அடுத்தவர்களுக்கு உதவுவதை
ஐந்துநிமிடம் முன்பாகத்தான் விட்டொழித்திருந்தேன்!

## நிம்மதி

மழை பெய்கிற சமயத்தில் தான்
குடையைப்பற்றி நினைக்கிறோம்
பனிபெய்யும் சமயத்தில் தான்
குல்லாவைப்பற்றி நினைக்கிறோம்.
உள்ளூர்க்காதலி கல்யாணமாகி
பிள்ளை ஒன்றை பெற்ற பிறகுதான்
'அப்பாடா!'
என்ற நிம்மதியையும் அடைகிறோம்.

## பழங்கதையல்ல!

**கோ**வை நகரின் பேருந்து நிலையத்தில்
சாவுக்குத் தப்பிய கிழவன் ஒருவனின்
கதையை சின்ரெல்லாவுக்கு முழுமையாகச் சொல்ல
அவன் முதுகில் ஒரு கிரிக்கெட் பந்தைப்போல் புருடு
இருந்தது என்று துவங்கினான் எபி. -பலமுறை
கேட்டுப்புளித்த என் தாத்தனின் கதையிது
என்று சிணுங்கட்டம் போட்டாள் மகள்!

போத்தனூர் ரயில் நிலையத்தில் பற்கள்
இழந்த கிழவியொருத்தி எலந்தைப்பழம்
சப்பிய கதையை கூறுகிறேன் கேளடி
என்றதற்கும் சின்ரெல்லா சிணுங்கட்டமே போட்டாள்
பாட்டியின் கதையை எத்தனைமுறை கேட்பதென?

கோவை கண் மருத்துவமனை பேருந்து
நிழற்குடையில் கிடக்கும் குருட்டுத் தந்தையும்
வலது கால் சூப்பையுமான மகளும்
பெயர் தெரியா புயல் மழையில் சாரல் வீசும்
இவ்விரவில் தூங்காமல் விழித்திருப்பர்
மொசைக் கல்லின் குளிர்ச்சியில்!

பரலோகத்திலிருந்து பிதா இன்று
சின்ரெல்லாவுக்கான ஐஸ்கிரீம் கனவை
அனுப்பப்போவதில்லை தான்!

விட்டு விட்டு எரியும் மின்விளக்கின்
ஒளியை ஆறு கண்கள் இமைத்தவண்ணம்
பார்த்தபடி குறுக்கி அமர்ந்திருந்தன!

இரண்டு கண்களுக்கு சொந்தமானது ஒரு நாய்
என்று மழையில் குளித்துப்போன லாரியின்
விளக்கொளியில் சின்ரெல்லா பார்த்து
ப்பா! பூச்சி! என்றாள்!
விடியறதுக்கு எப்படியும் ஆறு மணி
நேரமிருக்கு! என்றான் எபி.

## ரகசியம்

ரகசியம் பேசும் பெண்கள்
ஒவ்வொரு ஊரிலும் இருக்கிறார்கள்!
ஊர் முழுவதும் ரகசியம்
அம்பலமான பின்
எனக்கு அன்னிக்கே தெரியும் என்கிறார்கள்!
அடுத்த ரகசியத்துக்கு அவர்கள்
வீடு வீடாய் அலைகிறார்கள்!
ஒரு வழியாய் ரகசியங்கள்
அவர்களை இருப்பில் வைத்திருக்கின்றன!
ஒவ்வொருவரும் தங்களுக்கான ரகசியத்தை
மூடி மறைத்தே இருக்கத் தலைப்படுகிறார்கள்!
அப்படித்தான் சின்னம்மிணி ரகசியம்
ஊருக்குள் பரவிய போது
கட்டிக்காத்த ரகசியம் அம்பலப்பட்டதால்
ஊராருக்கு தன் முகம் காட்ட விரும்பாமல்
தூக்கிட்டுச் செத்துப் போனாள்!
ரகசியங்களில் சில மட்டுமே
உயிர்பலி கேட்கும் போல!

## மாமனின் கதை!

முதலாக அவர் எனக்கு மாமனே இல்லை!
அவர் தான் ரொம்ப வற்புறுத்தி என்னை
மாமா என்று அழைக்க வைத்து விட்டார்.
அவருக்கு அதில் பெருமகிழ்ச்சி!
அழகான வடிவான பெண்ணொருத்தி
அவளுக்கு இருக்க வேணுமென்ற என்
அல்ப ஆசைக்கு அவருக்கு திருமணமே
இல்லையென்ற தகவலை ஊரார்
சொன்ன போது, போடா மாம்ஸ்! என்றேன்.

ஒரு நாள் பேருந்து நிறுத்தத்தில் தாலிச்சரடு
கழுத்தில் தொங்க விட்டு வந்த ஒரு குண்டு
பெண்ணிடம் மாமா, தன்னை மாமா என்று
அழைக்கும்படி வற்புறுத்திக் கொண்டிருந்தார்.
எனக்கு எவண்டா புதுசா மாமன்? என்று அந்தப்
பெண்ணும் தன் மைக் வாயை திறந்திருந்தது.
நான் உன்னை கட்டிக்கிறேன்! ஒரு வாட்டியாவுது
மாமான்னு கூப்புடு புள்ளே! என்று கெஞ்சத்
துவங்கி விட்டார் மாமா!

வெளியூரில் இப்போது வேலையில் இருக்கும் நான்
ஊர் செல்கையில் அவரை அந்த பேருந்து நிறுத்த
குடையின் கீழே பார்ப்பேன்! அவர் அதை தனக்கு
தங்கும் இடமாக மாற்றியிருந்தார்.

# புரிந்து கொள்ளல்!!

அம்மு! உனது ப்ரியத்துக்குரியவர்கள் என்கிற
பட்டியலில் இருந்து எப்போதோ
விலக்கப்பட்டவன் தான் நான்! –அதற்கு
உன் காரணங்கள் கூட சரியாக இருந்தன!
நிலையாய் ஒரு வேலை இல்லை!
நிலையாய் ஒரு மனதில்லை!
ஊனமுற்றோருக்கு இருக்கை தர மனதில்லை!
பிறந்த நாளுக்கு பரிசில்லை!
சாப்பிடுகிறாயா? என்ற கேள்வியே இல்லை!

உன் ப்ரியத்திற்குரிய பட்டியலில் இருந்து
இரண்டு வருட காலம் கழிந்து விலக்கப்பட்ட
தாடிக்காரன் ஒருவனை மதுவிடுதி ஒன்றின்
மூலை இருக்கையில் கண்டேன்! –உன்
புகைப்படம் ஒன்றை வைத்துக்கொண்டு
டேபிளை ஓங்கி தட்டியபடி அவன்
குடித்துக் கொண்டிருந்தான்! நிஜமாகவே
அவன் நிலை எனக்கு கவலையாய் இருந்தது!

நீ அவனை விலக்கி விட சொன்ன காரணங்கள்...
பிறந்த நாளுக்கு மோதிரம் தருகிறாய்,
கழுத்தில் செயின் போடுகிறாய்!
பார்த்தவுடன் சாப்பிடலாமா? என்கிறாய்!
சாலையை கடக்கும் கிழவனுக்கு உதவுகிறாய்!
பிச்சைக்காரர்களுக்கு எடுத்து நீட்டுகிறாய்!
நீ என்ன செய்கிறாய்? என்பதை சொல்வதேயில்லை!
எப்போதும் சிரித்து மழுப்புகிறாய்!
அம்மு! உன்னை இப்போது தான் புரிந்து கொண்டேன்!

## கதை..

தூங்கப்போகையில் அம்முவிற்கு
நான் சொல்லும் கதைகள் எல்லாம்
அப்பாரு சொன்ன பழங்கதைகள் அல்ல!
அம்முவிற்கு நான் சொல்லும் கதைகள்
அனைத்திலும் அம்முவே நாயகி!

உசிதப்பட்டணம் அப்படின்னு ஒரு ஊரு
என்று ஆரம்பித்தால் ஊரின் பெயரை சிறுவலூர்
என்றே மாற்றிச் சொல்ல சொல்வாள் அம்மு.
சிறுவலூரில் அம்மு என்றொரு குட்டி பாப்பா
இருந்துச்சாம்! அது எல்லா நாளும் தயிர்
சோறே தான் சாப்பிடுமாம்! அதுக்கு பல்லு
விளக்க, குளிக்க, பவுடர் பூச, பொட்டு வைக்க,
ஜடை போட எப்பவுமே ஒரு ஆளு வேணுமாம்!
-போப்பா நீ வேற கதை சொல்லு!
சிறுவலூர்ங்கற ஊர்ல ரெண்டு அம்மு இருந்தாங்களாம்!
ஒரு அம்மு உம்முனா மூஞ்சியாம்!
தூங்கிட்டியா அம்மு?

## சரித்திரக் கவிதை

புரவி வீரன் கடிவளத்தைப் பிடித்து இழுத்து
புரவியை நிறுத்த இளவரசி தேவிசித்திராவின்
காந்தவிழிகளின் ஈர்ப்பே என்று நம்பினான்.
தனைக்கண்டதும் புரவியிலிருந்து குதித்திறங்கிய
வீரனின் உள்கோவணத்தை சட்டெனப் பார்த்து
வெட்கமுற்று தாமரை பூத்த தடாகத்தில் வீழ்ந்தாள்!
தவறி விழுந்த தேவிசித்திராவின் வெளீரிட்ட
தொடைகளின் வெம்மையை கண்டவன் இவள்
வாள்வீச்சுக் கலையில் வல்லவள் என்றெண்ணினான்!

கனைத்த குதிரையின் குறி நீண்டிருந்ததை கவனித்த
புரவி வீரன் சமிக்கை ஒன்றை காட்ட அது
முனகிக் கொண்டே எட்டச் சென்றது! - பிர்ரென
வாயில் நீர் பீச்சிய இளவரசி,
யாரடா நீ கோமணம் கிழிந்த பயலே? என்றாள்!
உன்னை அரண்மனையின் அந்தப்புரத்தில் நடுநிசியில்
புணர சாண்டில்யனால் அனுப்பப்பட்ட சோழநாட்டின்
காவல்படைத் தலைவன் பராக்கிரமன்! என்றான்.

அதுசரி பாரசீகத்திலிருந்து உன் நாட்டுக்கு பனியன்
ஜட்டிகள் கூட இன்னம் வந்து சேரவில்லையா? எங்கள்
நாட்டை கைப்பற்ற எந்த சூழ்ச்சிக்காரர்களும் இல்லை! நீ
ஒரு டப்பாத்தலையன்,, எங்கள் நாட்டை காப்பாற்ற குதிரையேறி
வந்திருக்கிறாய் என்னையும் குனிய வைக்க! நான் மேலேறி
வருவதற்குள் கிளம்பி விடு! இல்லையேல் உன் சிரசு மண்ணில்
கிடக்கும் தம்பி உன் கோவணம் உறுவப்பட்ட பிறகு!

நாகரிகம் வளர்ந்த நாட்டில் அவனுக்கு வேலையில்லயென
வா.மு.கோமுவாகிய நான் கவிதையில் நுழைந்து
பராக்கிரமனை அனுப்பி வைப்பதற்குள்
போதும் போதுமென்றாகி விட்டது!

# பள்ளி

இந்தப் பள்ளிக்கு எப்போதும்
விடுமுறை நாட்கள் தான்!
படிப்பிக்க ஆசிரியர்களுமில்லை
கற்றறிய பிள்ளைகளும் இல்லை!
மெட்ரிகுலேசன் பள்ளி செல்லும்
பேருந்திலிருக்கும் குழந்தைகள்
ஊரின் கடைகோட்டில் நின்றிருக்கும்
இந்த நடுநிலைப் பள்ளியை
கடந்து போகையில் சும்மாவுக்கேனும்
கையசைத்துச் செல்கின்றனர்!
ஏதுமறியாத கட்டிடம் புன்னைகைக்க
தெம்பின்றி வெறுமனே நின்றிருக்கிறது!

www.ingramcontent.com/pod-product-compliance
Lightning Source LLC
LaVergne TN
LVHW090301051026
849518LV00005B/1598
* 9 7 8 9 3 4 8 4 3 9 5 0 5 *